เหตุใดการปลดปล่อยจึงล้มเหลว — และไฟของพระเจ้าฟื้นฟูจิตวิญญาณได้อย่างไ
ร:

40 คำประกาศประจำวันเพื่อการปลดปล่อยอย่างรอบด้าน

โดย

เอกอัครราชทูต จันทร์ O. Ogbe ; ความสะดวกสบาย ลาดิ Ogbe ;
Zacharias Godseagle

Table of Contents

หน้าลิขสิทธิ์

ชื่อ:
เหตุใดการปลดปล่อยจึงล้มเหลว — และไฟของพระเจ้าฟื้นฟูจิตวิญญาณได้อย่างไร: 40 คำประกาศประจำวันเพื่อการปลดปล่อยรอบด้าน

ผู้แต่ง:
ซาคาเรี ยส ก็อดซีเกิล
เอกอัครราชทูต มันเดย์ โอ. โอกเบ
คอมฟอร์ท ลาดี โอกเบ

ผู้จัดพิมพ์:
สำนักพิมพ์ ซาคาเรียส ก็อดซีเกิ ล
ร่วมกับ God's Eagle Ministries (GEM)
Otakada.org | WealthBeyondWorrySeries.com

ออกแบบปก: หน่วยงานสร้างสรรค์ God's Eagle Ministries

การออกแบบและจัดวางภายใน: ทีมบรรณาธิการและการผลิต GEM

เผยแพร่โดย:
กระทรวงอินทรีของพระเจ้า (GEM)
เลขที่ 8, Sahaba Residence, Lugbe, อาบูจา, ไนจีเรีย
อีเมล: info@otakada.org | ambassador@otakada.org
เว็บไซต์: www.otakada.org

พิมพ์และจัดจำหน่ายทั่วโลกผ่าน
Zacharias Godseagle และ God's Eagle Ministries

เกี่ยวกับหนังสือ - ทำไมการปลดปล่อยจึงล้มเหลว — และไฟของพระเจ้าฟื้นฟูจิตวิญญาณได้อย่างไ ร: 40 คำประกาศประจำวันเพื่อการปลดปล่อยรอบด้าน

Deliverance ไม่เคยตั้งใจให้เป็นประตูหมุนที่เป็นอิสระในวันนี้ แต่ผูกพันในวันพรุ่งนี้ ได้รับการออกแบบมาเพื่อให้เป็นมรดกถาวรของผู้เชื่อ: "ดังนั้น ถ้า พระบุตรทรง ทำให้ท่านเป็นอิสระ ท่านก็จะเป็นอิสระอย่างแท้จริง" — ยอห์ น 8:36

หนังสือเล่มนี้เขียนขึ้นเพื่อคริสเตียนทุกคนที่ต้องต่อสู้ในสงครามที่มองไม่เห็น
เคยได้รับชัยชนะชั่วขณะหนึ่ง จากนั้นก็สงสัยว่าเหตุใดจึงต้องต่อสู้อีก
เหมาะสำหรับผู้ศรัทธาที่ถือศีลอดและสวดมนต์มาหลายวันแต่กลับรู้สึกถูกทรมานซ้ำแล้วซ้ำเล่า
มันเป็นของรัฐมนตรีที่วางมือบนผู้อื่น แต่ในใจลึกๆ
ก็ยังต้องการให้พระเจ้าวางมือบนพวกเขา
และมันเหมาะสำหรับผู้ที่เบื่อหน่ายกับคำตอบตื้นๆ และหิวกระหายการเปลี่ยนแปลงที่ยั่งยืน

หัวใจของหนังสือเล่มนี้

เหตุใดการปลดปล่อยจึงล้มเหลว — และไฟของพระเจ้าฟื้นฟูจิตวิญญาณได้อย่างไร
ไม่ใช่คู่มือวิธีการอีกแบบหนึ่ง แต่เป็นการเดินทางแห่งการเปลี่ยนแปลง

ผ่านการประกาศสี่สิบครั้งต่อวัน
คุณจะสร้างกำแพงภายในชีวิตของคุณขึ้นมาใหม่จนกระทั่งไม่มีที่ว่างให้ความมืดมิดกลับมาอีก

คำประกาศแต่ละข้อเชิญชวนสามสิ่ง:

***1.** การกลับใจ – การปิดประตูบาปที่เปิดไว้แล้ว*

***2.** การฟื้นฟู — เพื่อเติมเต็มบ้านแห่งหัวใจของคุณด้วยพระวจนะ*

***3.** ครองราชย์ — ดำเนินชีวิตตามสิทธิอำนาจที่พระคริสต์ประทานให้แก่คุณทุกวัน*

นี่ไม่ใช่การอ่านแบบเฉยๆ
แต่เป็นการฝึกฝนจิตวิญญาณที่เปลี่ยนเทววิทยาให้กลายเป็นประจักษ์พยาน
คำอธิษฐานทุกคำล้วนหลอมมาจากพระคัมภีร์ ทุกเรื่องราว ล้วนชี้นำ สู่ชัยชนะ
และคำประกาศในแต่ละวันจะสร้างกำแพงไฟขึ้นมาใหม่รอบชะตากรรมของคุณ

สามเรื่องจริงที่เป็นแรงบันดาลใจให้กับงานนี้

1. นักดนตรีผู้สูญเสียบทเพลงของเขา

ครั้งหนึ่งเขาเคยนำการบูชาที่ทำให้ผู้คนหลั่งน้ำตา ทันใดนั้น ความฝันประหลาดก็เริ่มต้นขึ้น
มือของเขาบีบเสียงของเขา เงาเยาะเย้ยคำสรรเสริญของเขา
เขาวิ่งไปวิ่งมาจากที่ประชุมหนึ่งไปอีกที่ประชุมหนึ่งเพื่อหาทางออก แต่ความเงียบก็ค่อยๆ เพิ่มมากขึ้น
คืนหนึ่ง ขณะอ่านหนังสือลูกาบทที่ 4 ซึ่งพระเยซูตรัสว่า “มีคำเขียนไว้ว่า”
เขาก็ตระหนักถึงความจริงว่า เขาเรียนรู้ที่จะร้องเพลงเกี่ยวกับพระเจ้า
แต่ไม่ได้เรียนรู้ที่จะเลี้ยงดูตนเองด้วยพระวจนะของพระองค์
เขาเริ่มอ่านพระคัมภีร์ออกเสียงดังๆ ทุกวัน ทีละบทเพลงสดุดี ภายในไม่กี่สัปดาห์
ความฝันก็จบลง และทำนองเพลงก็กลับมาอีกครั้ง
การปลดปล่อยมาถึงไม่ใช่โดยเสียงดัง แต่โดยการบำรุงเลี้ยง

2. ผู้หญิงที่ปิดประตูผิดบานแต่กลับเปิดอีกบานหนึ่งไว้

เธอได้ทำลายรูปเคารพที่คุณยายมอบให้แล้ว แต่ฝันร้ายอันทรมานก็ยังคงดำเนินต่อไป
ระหว่างการให้คำปรึกษา พระวิญญาณบริสุทธิ์ได้เปิดเผยประตูที่ซ่อนอยู่
นั่นก็คือการเสพติดนวนิยายและภาพยนตร์แฟนตาซีอันมืดหม่นของเธอ
เธอได้อดอาหาร เผาสิ่งของเหล่านั้น และแทนที่ด้วยเพลงบูชาและพระคัมภีร์
คืนนั้นเธอนอนหลับอย่างสงบเป็นครั้งแรกในรอบหลายปี
การปลดปล่อยไม่ได้ล้มเหลวเพราะว่าพระเจ้าอ่อนแอ
แต่ล้มเหลวเมื่อผู้เชื่อปล่อยให้หน้าต่างเปิดอยู่

3. ศิษยาภิบาลหนุ่มผู้พยายามอธิษฐานโดยไม่ใช้ไฟ

เขาเทศนาเรื่องการปลดปล่อยแต่ต่อสู้กับภาวะซึมเศร้าในใจส่วนตัว
เช้าวันหนึ่ง เขาอ่านโรม 12:1–2: "จงเปลี่ยนแปลงจิตใจใหม่"
พระองค์หยุดแสวงหาพลังและเริ่มแสวงหาการฟื้นฟู—อดอาหารไม่ใช่เพื่อหนีผี
แต่เพื่อให้พระวจนะมีชีวิตอยู่อย่างอุดมสมบูรณ์
ภายในไม่กี่เดือน เสียงของเขาก็เปลี่ยนไป ศรัทธาของเขาก็ลึกซึ้งมากขึ้น
และผู้ที่เคยมาขอความช่วยเหลือก็พบว่าเขาได้รับการรักษาแล้ว
เมื่อแท่นบูชาได้รับการเผาอีกครั้ง อิสรภาพก็จะตามมา

เหตุใดหนังสือเล่มนี้จึงสำคัญ

เพราะผู้เชื่อจำนวนมากในปัจจุบันรู้วิธีอธิษฐาน แต่มีเพียงไม่กี่คนที่รู้วิธีที่จะเป็นอิสระ
เราไล่ตามเหตุการณ์แต่ละเลยการเผชิญหน้า
เราต่อสู้กับความมืดแต่ลืมที่จะเติมแสงสว่าง
และในช่องว่างระหว่างชัยชนะและการบำรุงรักษา ศัตรูก็สร้างรังของมันขึ้นมาใหม่

หนังสือเล่มนี้มาเติมเต็มช่องว่างดังกล่าว
มันไม่ได้แค่ขับไล่มันออกไป แต่มันสอนให้คุณรู้จักครอบครอง
มันไม่ได้เปิดเผยเพียงสิ่งที่ผิดพลาดเท่านั้น
แต่ยังแสดงให้เห็นวิธีการที่จะคงไว้ซึ่งความถูกต้องอีกด้วย

คุณจะเรียนรู้ที่จะปกป้องจิตใจของคุณเหมือนป้อมปราการ
เลี้ยงดูจิตวิญญาณของคุณเหมือนตะเกียง
และใช้ชีวิตแต่ละวันเหมือนเปลวไฟที่ไม่อาจดับได้

คำพูดสุดท้าย

ทุกบท ทุกบท และทุกคำประกาศ คือศิลาแท่นบูชาในมือของคุณ
หากคุณสร้างอย่างสม่ำเสมอ คุณจะเห็นสิ่งที่เอลียาห์เห็น
นั่นคือไฟของพระเจ้าที่เผาผลาญเครื่องบูชาและปิดปากศัตรู

เสรีภาพไม่ได้อยู่ห่างไกล แต่เป็นเพียงคำประกาศเพียงหนึ่งเดียว
ให้หนังสือเล่มนี้เป็นเหมือนไม้ขีดไฟในมือของคุณ
เปิดหน้าหนังสือด้วยความศรัทธา อธิษฐานด้วยความจริงใจ
และดูว่าไฟของพระเจ้าฟื้นฟูจิตวิญญาณของคุณอย่างไร

ปกหลัง ปก อ่อน คำอธิบาย

เหตุใดผู้เชื่อบางคนจึงได้รับชัยชนะเพียงชั่วคราว
จากนั้นก็กลับเข้าสู่การต่อสู้ที่มองไม่เห็นเช่นเดิมอีก?
พวกเขาสวดมนต์ อดอาหาร ร้องไห้ แต่ความมืดก็ดูเหมือนจะกลับมาอีกครั้ง
พวกเขาหลุดออกไปชั่วขณะหนึ่ง และพบว่าโซ่ตรวนเส้นเดิมยังคงรออยู่ในรูปแบบอื่น

คำตอบไม่ใช่ว่าพลังของพระเจ้าลดน้อยลง
แต่เป็นเพราะว่าหลายคนเรียนรู้ที่จะขับไล่ออกไป แต่ไม่ใช่เรียนรู้ที่จะสร้างขึ้นมาใหม่
การปลดปล่อยจะล้มเหลวเมื่อมันจบลงที่แท่นบูชาและไม่เคยไปถึงหัวใจเลย
อิสรภาพไม่ได้หมายถึงการไม่มีปีศาจ แต่หมายถึงการมีอยู่ของไฟ พระวจนะ
และพระวิญญาณภายใน

ในบทความเชิงลึกที่บุกเบิกนี้ เรื่อง เหตุใดการปลดปล่อยจึงล้มเหลว —
และไฟของพระเจ้าฟื้นฟูจิตวิญญาณอย่างไร คุณจะค้นพบว่า:

ความศรัทธาที่ปราศจากความร่วมแรงร่วมใจย่อมสูญเสียพลัง

การเชื่อฟังแข็งแกร่งยิ่งกว่าน้ำมัน

ความใกล้ชิดช่วยรักษาสิ่งที่มีอำนาจเริ่มต้น

การต่ออายุจิตใจเป็นสนามรบที่แท้จริง

"มีคำเขียนไว้ว่า" ที่พระเยซูทรงใช้ยังคงทำให้การล่อลวงเงียบลงจนถึงทุกวันนี้

ผ่านการประกาศรายวัน 40 ประการเพื่อการปลดปล่อยรอบด้าน คุณจะ:

ปิดประตูเก่าและเปิดมิติใหม่แห่งความสง่างาม

แทนที่ความกลัวด้วยไฟ และความสับสนด้วยความชัดเจน

สร้างกำแพงภายในแห่งศรัทธา วินัย และความภักดีขึ้นใหม่

ดำเนินชีวิตในอิสรภาพที่ยั่งยืนและความสนิทสนมกับพระเจ้าที่ได้รับการฟื้นคืน

คำนำ

"พระเจ้าของเราทรงเป็นไฟที่เผาผลาญ" — ฮีบรู 12:29 (KJV)

หนังสือเล่มนี้ไม่ได้เกิดจากทฤษฎี แต่เกิดจากสงคราม
มันถูกเขียนขึ้นในสนามรบแห่งการอธิษฐาน ในคืนที่นอนไม่หลับ
และในช่วงเวลาที่ไฟของพระเจ้าลุกโชนลึกเกินกว่าคำพูดจะบรรยายได้
คำประกาศแต่ละข้อ แต่ละหน้า ล้วนบรรจุเสียงแห่งการปลดปล่อย
ไม่ใช่เสียงรบกวนจากศาสนา แต่เป็นเสียงสะท้อนแห่งการไถ่บาป

การปลดปล่อยไม่ใช่ปรากฏการณ์แปลกสำหรับผู้เชื่อ
แต่เป็นมรดกที่ทุกคนที่เดินกับพระเจ้าได้รับทุกวัน
ไม้กางเขนไม่เพียงแต่เป็นสถานที่แห่งการให้อภัยเท่านั้น
แต่ยังเป็นสถานที่แห่งอิสรภาพอีกด้วย
พระเยซูไม่เพียงสิ้นพระชนม์เพื่อช่วยเราให้รอดพ้นจากบาปเท่านั้น แต่ยังทรงฟื้นฟูอำนาจ
ศักดิ์ศรี และความสัมพันธ์อันดีกับพระบิดาในแต่ละวันอีกด้วย

อย่างไรก็ตาม หลายคนที่รักพระเจ้ายังคงพบว่าตนเองติดอยู่ในคุกที่มองไม่เห็น
ซึ่งเป็นวัฏจักรของความกลัว ความสับสน ความใคร่ ความหยุดนิ่ง
และความเหนื่อยล้าทางจิตวิญญาณ
พวกเขาสวดมนต์ อดอาหาร และร้องไห้ แต่โซ่ตรวนยังคงอยู่
นี่คือเหตุผลว่าทำไมจึงมีคำประกาศรายวันทั้ง 40 ข้อนี้ขึ้น
เพื่อช่วยให้คุณก้าวไปไกลกว่าการส่งมอบตามเหตุการณ์ต่างๆ ไปสู่การเปลี่ยนแปลงที่ยั่งยืน
ไม่ใช่เสียงอธิษฐานที่ดังที่สามารถทำลายแอกได้
แต่เป็นการที่หัวใจและความจริงสอดคล้องกันภายใต้ไฟแห่งพระวิญญาณบริสุทธิ์

ไฟนี้ชำระล้าง ไม่ใช่ทำลาย
มันเปิดเผย ไม่ใช่ประณาม

มันเผาผลาญสิ่งตกค้างจากการเป็นทาสของบรรพบุรุษ ความเหนื่อยล้าทางจิตวิญญาณ
และระบบทางทะเลที่พยายามจะทำลายจิตวิญญาณของมนุษย์
นั่นคือไฟเดียวกันที่เผาผลาญเครื่องบูชาบนแท่นบูชาของเอลียาห์ ชำระริมฝีปากของอิสยาห์
และเสริมพลังให้กับเหล่าสาวกในเช้าวันเพ็นเทคอสต์

ที่นี่คุณจะไม่พบพิธีกรรมที่ซับซ้อน — มีเพียงพระวจนะของพระเจ้าที่มีชีวิต ซึ่งสารภาพ
เชื่อ และดำเนินตามทุกวัน
คุณจะไม่พบคำอธิษฐานที่ขับเคลื่อนด้วยความกลัว
แต่จะพบคำประกาศที่ขับเคลื่อนด้วยศรัทธาที่ช่วยต่ออายุจิตใจ รักษาจิตวิญญาณ
และสร้างความเข้มแข็งให้กับผู้เชื่อบนศิลาของพระเยซูคริสต์

เมื่อคุณผ่านจุดอธิษฐานทั้ง 40 ข้อนี้ทุกวัน พระวจนะจะกลายเป็นกระจก
พระวิญญาณจะเป็นไฟของคุณ และพระโลหิตจะ เป็นที่ปกคลุม คุณ
เสียงของคุณจะได้รับอำนาจกลับคืนมา
ความฝันของคุณจะได้รับการชำระล้าง
จิตใจของคุณจะได้รับการฟื้นฟู
และจิตวิญญาณของคุณจะขึ้นสู่สถานที่ที่พระคริสต์ได้ทรงให้ท่านนั่งไว้แล้ว
สูงเหนือผู้มีอำนาจและผู้มีอำนาจทั้งปวง

ท่านจะไม่ต้องต่อสู้จากพื้นดินอีกต่อไป แต่ท่านจะต่อสู้จากชัยชนะ
เพราะพระองค์ผู้ทรงเรียกท่านนั้นทรงสัตย์ซื่อ
และไฟของพระองค์ยังคงตกลงบนแท่นบูชาที่เต็มใจ

ยินดีต้อนรับสู่ฤดูกาลแห่งการปลดปล่อยอย่างสมบูรณ์และการฟื้นฟูอันศักดิ์สิทธิ์
ยินดีต้อนรับสู่ไฟที่ทำให้คุณสมบูรณ์

การอุทิศตน

ถึงผู้ศรัทธาทุกคนที่ต่อสู้อย่างมองไม่เห็นด้วยน้ำตาบนหมอนแต่ไม่ยอมแพ้
ถึงจิตวิญญาณทุกดวงที่ได้ถือศีล ภาวนา และสงสัยว่า "เหตุใดการต่อสู้จึงกลับมาอีก"
สำหรับนักรบผู้ยืนหยัดบนแท่นแห่งการปลดปล่อยแต่ยังคงโหยหาสันติภาพที่ยั่งยืน
หนังสือเล่มนี้เหมาะสำหรับคุณ

ถึงบรรดาผู้วิงวอนที่แบกภาระของประเทศชาติและครอบครัวด้วยการอธิษฐานลับ
ถึงผู้ที่อดหลับอดนอนเพื่อต่อสู้เพื่ออิสรภาพของผู้อื่น
ถึงศิษยาภิบาล มิชชันนารี และรัฐมนตรีทุกคนที่เคยเห็นไฟสั่นไหวในดวงตาที่เหนื่อยล้า
— ไฟนี้ก็เป็นของคุณเช่นกัน

ถึงผู้ที่แตกสลายแต่ยังคงเชื่อ
ถึงผู้เข้มแข็งที่ยังร้องไห้
และแก่ผู้ ที่ถูกเรียก ซึ่งยังคงรอคอยอยู่ —
ขอให้คำเหล่านี้เตือนคุณว่าพระเจ้าที่เรียกคุณให้ต่อสู้จะไม่ปล่อยให้คุณไม่มีชัยชนะ

หนังสือเล่มนี้ขออุทิศให้กับคริสตจักรแห่งเศษซาก —
ผู้ที่ไม่ยอมก้มหัวให้บาอัลและไม่ประนีประนอมกับแท่นบูชา
ผู้ที่จะดำรงอยู่เป็นเปลวเพลิงในโลกที่กำลังเย็นชา

คุณคือไฟที่อยู่ในมือของพระองค์
ประกายไฟที่จะจุดไฟให้บ้านเรือน เมือง และประเทศชาติด้วยพระสิริของพระองค์
ขอให้ไฟที่ ลุกโชน อยู่ในหน้ากระดาษนี้ค้นหาคุณ เติมเต็มคุณ และไหลผ่านตัวคุณ
จนกว่าโลกจะรู้ว่าพระเจ้าของเรายังคงตอบคำด้วยไฟ

คำขอบคุณ

ถึงพระวิญญาณบริสุทธิ์ ผู้เป็นเพื่อนและครูที่ยิ่งใหญ่ที่สุดของฉัน
คุณคือไฟที่อยู่เบื้องหลังทุกคำพูด เป็นเสียงที่อยู่เบื้องหลังทุกเสียงกระซิบ
และเป็นพลังที่อยู่เบื้องหลังชัยชนะทุกครั้ง
หากไม่มีคุณ หน้ากระดาษเหล่านี้ก็คงเป็นเพียงหมึกที่ว่างเปล่า แต่เมื่อมีคุณ
หน้ากระดาษเหล่านี้จะเต็มไปด้วยชีวิต
ขอขอบคุณสำหรับการเปิดเผยทุกครั้ง สำหรับคำอธิษฐานทุกคืน
และสำหรับภาระทุกอย่างที่กลายเป็นความก้าวหน้า
ความรุ่งโรจน์ทั้งหมดกลับคืนสู่พระองค์

ถึงพระเยซูคริสต์เจ้า พระวจนะแห่งชีวิตและกัปตันแห่งความรอดของเรา
การเชื่อฟังของคุณทำลายการงานของความมืด เลือด ของคุณ ปิดผนึกอิสรภาพของเรา
และการฟื้นคืนพระชนม์ของคุณรับประกันการครอบครองของเรา
หวังว่างานนี้จะทำให้หลายๆ คนได้ใช้ชีวิตไม่เพียงแค่ในความรอดพ้นเท่านั้น
แต่ยังอยู่ในมิตรภาพกับคุณทุกวันอีกด้วย

ถึงพระบิดาแห่งแสงสว่าง ผู้เป็นโล่ห์ของฉัน แหล่งที่มาของฉัน และผู้เลี้ยงดูฉัน
ทุกความเข้าใจ ทุกปาฏิหาริย์ ทุกคำพยานในหน้าเหล่านี้ล้วนไหลมาจากความเมตตาของคุณ
ขอขอบคุณพระองค์สำหรับสิทธิพิเศษในการทำหน้าที่เป็นภาชนะแห่งความจริงของพระอง
ค์ในยุคนี้

ถึงผู้ที่ยืนหยัดในช่องว่าง — ผู้วิงวอน ศิษยาภิบาล และมิตรสหาย —
ที่ได้อธิษฐาน อดอาหาร และแบกภาระของจิตวิญญาณไปกับฉัน
ความซื่อสัตย์ของคุณคือส่วนหนึ่งของไฟที่ให้กำเนิดหนังสือเล่มนี้
ขอให้การทำงานลับของคุณส่องแสงอย่างเปิดเผยต่อพระเจ้า

ถึงบุรุษและสตรีผู้สร้างแรงบันดาลใจให้กับเรื่องราวเหล่านี้
ผู้ที่ต่อสู้ดิ้นรนในยามราตรีและพบชัยชนะในยามรุ่งอรุณ —
คำพยานของคุณพิสูจน์ว่าการปลดปล่อยนั้นไม่ใช่ตำนาน
แต่เป็นปาฏิหาริย์ที่ยังคงเกิดขึ้นเมื่อพระวจนะพบกับศรัทธา

ถึงชุมชนผู้ศรัทธาทั่วโลกที่กำลังอ่านข้อความนี้ —

คุณคือเหตุผลที่หนังสือเล่มนี้ถูกเขียนขึ้น
คำประกาศแต่ละคำ พระคัมภีร์แต่ละข้อ และคำอธิษฐานแต่ละข้อ
ล้วนถูกสร้างขึ้นมาโดยคำนึงถึงคุณโดยเฉพาะ
ขอให้ใจของคุณลุกโชนด้วยความหิวกระหายต่อพระเจ้าอีกครั้ง
และขอให้บ้านของคุณกลายเป็นแท่นบูชาที่มีชีวิตซึ่งไฟของพระองค์ไม่เคยดับ

ท้ายที่สุดนี้ ขอส่งกำลังใจไปยังผู้รับใช้พระเจ้าจำนวนนับไม่ถ้วนทั่วโลก
ผู้ซึ่งทำงานอย่างเงียบ ๆ ในการปลดปล่อยและการเป็นศิษย์ —
นี่คือคำเตือนของคุณ: การต่อสู้เป็นของพระเจ้า
ไฟของคุณไม่ได้ดับลง แต่กำลังได้รับการกลั่นกรอง
จงกดดันต่อไป จงอธิษฐานต่อไป และชี้ทางวิญญาณให้กลับไปหาพระเยซูต่อไป —
เพราะไฟที่เรียกคุณนั้นยังคงลุกไหม้อยู่ภายในคุณ

"เพราะว่าพระเจ้าทรงกระทำการอยู่ภายในท่านทั้งหลาย
ทั้งให้ท่านปรารถนาและให้ท่านประพฤติตามชอบพระทัยของพระองค์" — ฟีลิปปี 2:13

การแนะนำ

“พระเจ้าผู้ทรง ตอบ ด้วยไฟ ขอให้พระองค์ทรงเป็นพระเจ้า” — 1 พงศ์กษัตริย์ 18:24 (KJV)

หน้าต่อไปนี้ไม่ใช่พิธีกรรมหรือสูตรสำเร็จ
แต่เป็นการพบปะกับพระเจ้าผู้ทรงพระชนม์อยู่สี่สิบครั้งต่อวัน
คำประกาศแต่ละข้อล้วนดึงมาจากพระคัมภีร์และถูกปรับแต่งเพื่อนำผู้เชื่อไปสู่การกลับใจให
ม่ การฟื้นฟู และได้รับสิทธิอำนาจในพระคริสต์ที่ลึกซึ้งยิ่งขึ้น

ตลอดพระคัมภีร์ ไฟไม่ได้เป็นเพียงสัญลักษณ์ของการทำลายล้างเท่านั้น
เป็นสัญลักษณ์ของการปรากฏของพระเจ้า ความศักดิ์สิทธิ์ ความบริสุทธิ์ และฤทธิ์อำนาจ
เมื่อโมเสสพบพระเจ้า พุ่มไม้ก็ไหม้ แต่ยังไม่มอดไป
เมื่อพระวิญญาณเสด็จลงมาในวันเพ็นเทคอสต์ ก็เสด็จมาในรูปของเปลวไฟ
เมื่อบรรดาผู้เผยพระวจนะเรียกสวรรค์ ไฟก็ตอบสนอง
พิสูจน์ว่าพระเจ้าที่แท้จริงยังคงครองราชย์อยู่

การอธิษฐานด้วยภาษาแห่งไฟนั้นมิใช่การเรียกเปลวไฟจากโลกมา
แต่เป็นการต้อนรับการชำระล้าง การกลั่นกรอง
และการปกป้องคุ้มครองของพระวิญญาณบริสุทธิ์
ไฟที่ชำระล้างบาป ละลายความเย่อหยิ่ง เผาผลาญความกลัว และหล่อหลอมความกล้าหาญ

ผู้ศรัทธาทุกคนต้องการไฟนี้:
ไฟที่เผาผลาญความมืดมิดภายใน
ที่รักษาจิตใจที่บาดเจ็บ
ที่ฟื้นฟูความสามัคคีที่เคยมีการประนีประนอมมาก่อน

คำประกาศรายวันสี่สิบข้อนี้จะช่วยให้คุณรักษาไฟนั้นให้ลุกโชนต่อไป
จงอ่านพวกเขาไม่ใช่เป็นบทกวีแต่เป็นพันธสัญญา
พูดออกมาดังๆ เชื่อมัน และปล่อยให้พระวิญญาณบริสุทธิ์หายใจผ่านทุกคำ
จนกระทั่งหัวใจของคุณกลายเป็นแท่นบูชา และชีวิตของคุณเป็นเปลวไฟ

วัตถุประสงค์ของคู่มือนี้

คนทุกยุคทุกสมัยต้องเผชิญกับความมืดมิดของตนเอง แต่คำตอบไม่เคยเปลี่ยนแปลง—
พระเจ้ายังคงตอบด้วยไฟ
หนังสือเล่มนี้มีไว้เพื่อช่วยให้ผู้ศรัทธาดำเนินชีวิตตามความเป็นจริงดังกล่าว:
ไม่ใช่ความตื่นเต้นชั่วครั้งชั่วคราว แต่เป็นการเปลี่ยนแปลงที่ยั่งยืน

มันมีวัตถุประสงค์ที่ชัดเจน 5 ประการ:

1. เพื่อจุดไฟให้แท่นบูชาแห่งหัวใจอีกครั้ง
คำประกาศเหล่านี้สอนให้คุณเปลี่ยนการอธิษฐานประจำวันให้เป็นการรับศีลระลึก
ไม่ใช่การปฏิบัติ
ไฟเกิดขึ้นที่ซึ่งความเสียสละและการยอมจำนนมาบรรจบกัน

2. การแทนที่ความกลัวด้วยศรัทธา
ยิ่งคุณมองเห็นพระวจนะมากขึ้นเท่าใด ภูเขาของคุณก็จะดูเล็กลงเท่านั้น
แสงสว่างของพระเจ้าขับไล่ความสับสน และความจริงของพระองค์ฟื้นคืนความกล้าหาญ

3. เพื่อเปลี่ยนการปลดปล่อยให้เป็นการเป็นสาวก
อิสรภาพที่แท้จริงไม่ได้หมายถึงช่วงเวลาอันน่าตื่นเต้นเพียงช่วงเดียว
แต่หมายถึงการดำเนินชีวิตตามพระวจนะทุกวัน จนกระทั่งจิตใจ นิสัย
และความปรารถนาทั้งหมดสอดคล้องกับสวรรค์

4. เพื่อเตรียมผู้วิงวอนและผู้รับใช้
คำประกาศแต่ละข้ออาจนำไปใช้เป็นการส่วนตัวหรือในองค์กรก็ได้
โดยเป็นรูปแบบการอุทิศตนเพื่อชี้แนะจิตใจให้กลับไปหาพระคริสต์
มากกว่าเทคนิคของมนุษย์

5. เพื่อสร้างการฟื้นฟูรอบด้าน

เป้าหมายไม่เพียงแต่จะทำลายโซ่ตรวนเท่านั้น แต่ยังสร้างความแข็งแกร่งอีกด้วย
จิตวิญญาณได้รับการฟื้นฟู จิตวิญญาณได้รับการเยียวยา
และร่างกายสอดคล้องกับจุดมุ่งหมาย

วิธีใช้คู่มือนี้

1. อุทิศเวลาของคุณ
เลือกช่วงเวลาเช้าและเย็นที่สม่ำเสมอ
หยุดเสียงรบกวนรอบข้าง แล้วนำพระคัมภีร์และความคาดหวังของคุณมาด้วย

2. อ่านพระคัมภีร์ออกเสียงดังๆ
ทุกข้อความที่เขียนไว้นั้นเปรียบเสมือนดาบที่ตีขึ้นในสวรรค์
ให้หูของคุณได้ยินเสียงของคุณประกาศความจริงของพระเจ้าจนกว่าศรัทธาจะเกิดขึ้น

3. สารภาพและกลับใจอย่างซื่อสัตย์
การปลดปล่อยเริ่มต้นด้วยความซื่อสัตย์
เมื่อแสงสว่างเปิดเผยสิ่งที่ซ่อนอยู่ พระโลหิตของพระเยซูจะชำระล้างคราบสกปรกทุกอย่าง

4. อธิษฐานคำประกาศไฟอย่างช้าๆ
อย่ารีบร้อน พูดแต่ละบรรทัดเหมือนกำลังวางไม้บนแท่นบูชา
ปล่อยให้พระวิญญาณจุดประกายคำพูดภายในตัวคุณ

5. ประกาศชัยชนะอย่างกล้าหาญ
จงพูดอย่างผู้ที่ได้รับชัยชนะแล้ว เพราะพระคริสต์ทรงได้รับชัยชนะแล้ว
การประกาศของคุณทำให้ชัยชนะของพระองค์เป็นจริง

6. ปิดผนึกแต่ละเซสชันด้วยศรัทธา
จบด้วยความขอบคุณ โดยกล่าวออกเสียงดังว่า “โดยพระโลหิต พระวจนะ
และพระวิญญาณ ทุกสิ่งจึงสำเร็จได้”

ลองนึกภาพชีวิตของคุณที่ถูกรายล้อมไปด้วยไฟศักดิ์สิทธิ์แห่งการประทับของพระองค์

7. ท่องจำข้อพระคัมภีร์ทุกวัน
คำพูดที่คุณจำได้คืออาวุธที่คุณจะมีตลอดไป
การดำเนินชีวิตตามพระคัมภีร์เพียงหนึ่งข้อด้วยการเชื่อฟังนั้นมีพลังมากกว่าการพูดพระคัมภีร์หนึ่งพันข้อโดยปราศจากศรัทธา

8. สำหรับผู้นำและรัฐมนตรี
คุณอาจใช้ข้อความของแต่ละวันเป็นบทอธิษฐานกลุ่ม ศึกษาพระคัมภีร์ หรือเน้นการอธิษฐาน
ควรเน้นพระคัมภีร์ การกลับใจ และการขอบพระคุณเสมอ ไม่ใช่เน้นที่พิธีกรรม
พลังอยู่ที่พระคำ พระโลหิต และพระวิญญาณ ไม่ใช่อยู่ที่การกระทำ

คำสัญญา

ไฟของพระเจ้าไม่เคยเผาไหม้ไร้จุดหมาย แต่กลั่นกรองเพื่อเผยให้เห็นทองคำ
หากคุณจะเดินผ่านคำประกาศทั้งสี่สิบข้อนี้ด้วยใจที่เปิดกว้าง
ไฟเดียวกันที่ตกลงบนแท่นบูชาของเอลียาห์ ชำระริมฝีปากของอิสยาห์
และเสริมพลังให้กับอัครสาวก ก็จะทำงานในตัวคุณ โดยเผาผลาญความกลัว
จุดประกายจุดประสงค์ใหม่ และฟื้นฟูการมีส่วนร่วมกับพระคริสต์ผู้ทรงพระชนม์อยู่

" พระเจ้าของเราทรงเป็นไฟที่เผาผลาญ" — ฮีบรู 12:29

พิธีขอบคุณและอวยพรครั้งสุดท้าย

การอ่านพระคัมภีร์: สดุดี 18 : 28–32

***"เพราะพระองค์จะทรงจุดตะเกียงของข้าพเจ้า
พระเยโฮวาห์พระเจ้าของข้าพเจ้าจะทรงส่องสว่างความมืดของข้าพเจ้า... พระเจ้าทรงประทาน กำลังแก่ข้าพเจ้า และ ทรงทำให้ ทางของข้าพเจ้าสมบูรณ์"***

คำอธิษฐานขอบพระคุณ

พระบิดาแห่งแสงสว่าง ขอบพระคุณพระยงค์สำหรับสี่สิบวันแห่งไฟและการฟื้นฟู
ขอขอบคุณพระองค์สำหรับทุกกำแพงที่พังทลาย ทุกโซ่ตรวนที่ขาด
และทุกหัวใจที่พระองค์ฟื้นฟู
เราถวายเกียรติแด่พระองค์สำหรับการชำระล้างสายเลือด การรักษาร่างกาย
ความสงบของจิตใจ และการฟื้นฟูจุดประสงค์
ขอให้เปลวไฟที่คุณจุดไว้ไม่ดับไป
ขอให้แม่น้ำแห่งพระวิญญาณไหลไปอย่างไม่มีสิ่งกีดขวางในทุกบ้านและทุกประเทศที่เป็นตัวแทนของคำอธิษฐานเหล่านี้
โปรดทรงให้เราสวม ชุดเกราะ ของพระองค์ ยึดมั่นในพระวจนะของพระองค์
และเปี่ยมด้วยความรักของพระองค์จนถึงวันของพระคริสต์

พร

"ขอพระเจ้าแห่งสันติสุข ผู้ทรงบันดาลให้พระเยซูเจ้าของเราเป็นขึ้นจากความตาย
โปรดทรงให้ท่านทั้งหลายสมบูรณ์ในการดีทุกอย่าง
เพื่อจะได้ประพฤติตามพระประสงค์ของพระองค์" — ฮีบรู 13 : 20-21

ขอพระเจ้าอวยพรและคุ้มครองท่าน
ขอไฟของพระองค์ชำระล้างคุณอย่างต่อเนื่อง
พระโลหิตของพระองค์ปกคลุมคุณอย่างต่อเนื่อง
และพระวิญญาณของพระองค์เสริมพลังให้คุณอย่างต่อเนื่อง
ในพระนามอันยิ่งใหญ่ของพระเยซู — อาเมน

บทที่ 1 - เหตุใดการปลดปล่อยจึงล้มเหลว — และไฟของพระเจ้าฟื้นฟูจิตวิญญาณได้อย่างไร - 40 คำประกาศประจำวันเพื่อการปลดปล่อยรอบด้าน

ความลึกลับของปาฏิหาริย์ที่ยังไม่เสร็จสิ้น

พระเยซูทรง "เรียกสาวกสิบสองคนของพระองค์มาประชุม
แล้วประทานอำนาจและสิทธิเหนือผีทั้งปวง และรักษาโรคต่างๆ" — ลูกา 9: 1-2
ทั้งสองออกไปและกลับมาด้วยความยินดี แต่ไม่นานนัก บิดาก็ร้องว่า
"ข้าพเจ้าได้วิงวอนเหล่าสาวกของท่านให้ขับไล่เขาออกไป แต่พวกเขาทำไม่ได้" (ข้อ 40)
ชายกลุ่มเดียวกันที่เคยได้รับชัยชนะ ตอนนี้กลับไม่มีพลังอีกต่อไป
พระเยซูทรงถอนหายใจ

*กับ เจ้านานเท่าใด" — ลูกา **9:41***

พวกเขายังคงมีคำพูดอยู่แต่พวกเขาสูญเสียคำพูดไป
ศรัทธารั่วไหล ความสนิทสนมเย็นชาลง
อำนาจไม่อาจดำรงอยู่โดยแยกจากความสัมพันธ์

ความเชื่อเกิดจากการได้ยิน และการได้ยินเกิดจากการได้ยินพระวจนะของพระเจ้า (โรม 10:17)

ไม่มีคำพูด → ไม่มีศรัทธา ไม่มีศรัทธา → ไม่มีพลัง ไม่มีพลัง → ไม่มีการเยียวยา
การปลดปล่อยจะคงอยู่ได้ก็ต่อเมื่อความมีน้ำใจคงอยู่เท่านั้น
เพราะพระวจนะนั้นคือพระคริสต์เอง

การฟื้นฟูจิตใจ

***"เพราะฉะนั้น ข้าพเจ้าขอวิงวอนท่านทั้งหลาย พี่น้องทั้งหลาย
โดยอาศัยความเมตตาของพระเจ้า
ให้ท่านทั้งหลายถวายร่างกายของท่านเป็นเครื่องบูชาที่มีชีวิต บริสุทธิ์
และเป็นที่พอพระทัยพระเจ้า ซึ่งเป็นการรับใช้ที่สมเหตุสมผลของท่าน"
และอย่าประพฤติตามอย่างคนในโลกนี้ แต่จงรับการเปลี่ยนแปลงจิตใจเสียใหม่" — โรม
12: 1-2***

การเปลี่ยนแปลงเริ่มต้นตรงจุดที่ความสอดคล้องสิ้นสุดลง
จิตใจที่ได้รับการฟื้นฟูจะกลายเป็นแท่นบูชา ชีวิตที่ยอมสละจะกลายเป็นการเสียสละ
การปลดปล่อยจะล้มเหลวเมื่อผู้คนขับไล่ความมืดออกไปแต่ปฏิเสธที่จะเปลี่ยนความคิด
เมื่อไม่มีรูปแบบใหม่ เรือนจำเก่าๆ จะเปิดขึ้นอีกครั้ง

พระเยซูทรงอธิบายเรื่องนี้ไว้ในลูกา 4
เมื่อถูกซาตานล่อลวง พระองค์ไม่โต้เถียง ไม่ตื่นตระหนก หรือเจรจา
เขาตอบโต้การโจมตีทุกครั้งด้วยคำสามคำที่ทำให้สั่นสะเทือนไปทั้งตัว:

"มีเขียนไว้แล้ว"

ศัตรูกระตุ้นความอยากอาหาร ความทะเยอทะยาน และความเย่อหยิ่ง
แต่พระเยซูทรงใช้พระคัมภีร์เหมือนดาบ:

***"มนุษย์จะดำรงชีวิตด้วยอาหารเพียงอย่างเดียวไม่ได้... มีคำเขียนไว้ว่า จง
นมัสการพระเยโฮวาห์พระเจ้าของเจ้า... มีคำกล่าวไว้ว่า อย่า
ทดลองพระเยโฮวาห์พระเจ้าของเจ้า"***

ชัยชนะไม่ได้มาด้วยการตะโกน แต่มาด้วยพระคัมภีร์ที่เชื่ออย่างถูกต้อง

จิตใจที่ได้รับการฟื้นฟูโดยพระวจนะจะกลายเป็นสิ่งที่แข็งแกร่งขึ้น
การล่อลวงจะสูญเสียจุดยืนที่ความจริงเติมเต็มความคิดทุกประการ

เมื่อรั้วต้นไม้ถูกทำลาย

"ผู้ใด ทำลาย รั้ว งูจะกัดเขา" — ปัญญาจารย์ 10 : 8

ชีวิตภายในของเราเป็นเหมือนบ้านที่มีหลายห้อง
เราอาจอุทิศห้องนั่งเล่นหรือสถานที่สักการะสาธารณะของเราให้กับพระเจ้า
แต่กลับปล่อยให้ห้องนอนที่เต็มไปด้วยความคิดส่วนตัวไม่ได้รับการปกป้อง
งูเข้ามาทางประตูที่ไม่ระมัดระวัง

เปิดประตูวันนี้ได้แก่:

เกมและภาพยนตร์ที่เชิดชูความหวาดกลัวหรือพลังลึกลับ

ดนตรีและหนังสือที่เฉลิมฉลองความบาป

สื่อลามก, การนินทา, ความเกียจคร้าน, การไม่สวดมนต์, การไม่เชื่อฟัง

ห้องใดที่ขาดแสงสว่างก็จะกลายเป็นที่อยู่ของความมืด
เรื่องที่ 1: มีผู้ศรัทธาคนหนึ่งเคยกล่าวไว้ว่า
"ฝันร้ายของฉันหยุดลงจนกระทั่งฉันกลับไปดูหนังสยองขวัญ" อิสรภาพไม่ได้ถูกขโมยไป
แต่ถูกสละไป
สิ่งที่เราเลี้ยงไว้จะเติบโต แต่สิ่งที่เราอดอยากจะตายไป

การล้มครั้งแรก—และทุกๆ การล้มหลังจากนั้น

ก่อนที่มนุษย์จะล้มลง ลูซิเฟอร์ก็ล้มลงแล้ว
พระองค์คือ "เครูบที่ได้รับการเจิมซึ่ง ปกคลุม " — เอเสเคี ยล ***28:14***

ความภาคภูมิใจกระซิบห้าครั้งว่า "เราจะขึ้นไป" — อิสยาห์ ***14: 13-14***

วิวรณ์ ***12*** *แสดงให้เห็นผลลัพธ์ดังนี้: "พระองค์ถูกเหวี่ยงลงมาในแผ่นดินโลก*
และเหล่าทูตสวรรค์ของพระองค์ก็ถูกเหวี่ยงออกไปพร้อมกับพระองค์ด้วย"

ความล่มสลายของเขาคืออิสรภาพ—ความฝันถึงอำนาจที่ไม่มีการยอมจำนน
การกบฏทุกครั้งก็เกิดขึ้นซ้ำอีก
การปลดปล่อยที่จบลงด้วยการพึ่งพาตนเองสะท้อนให้เห็นถึงบาปของเขา

เรื่องที่ 2: ผู้นำนมัสการคนหนึ่งที่หลุดพ้นจากการเสพติดได้โอ้อวดว่า
"ตอนนี้ฉันรับมือได้แล้ว" หลายเดือนต่อมาเขาก็ล้มลงอีกครั้ง เขาไม่ได้สูญเสียพระคุณ
แต่สูญเสียการพึ่งพา
เสรีภาพจะคงอยู่ได้ด้วยความอ่อนน้อมถ่อมตนเท่านั้น

เมื่อศรัทธากลายเป็นสูตรสำเร็จ

เหล่าสาวกก็ทำซ้ำวิธีของเมื่อวาน แต่ไม่ได้ทำซ้ำวิธีของเมื่อวาน
ผู้ศรัทธาจำนวนมากก็ทำเช่นเดียวกัน โดยพูดถ้อยคำที่ตนไม่ได้ใช้ในชีวิตอีกต่อไป
ศรัทธาไม่ใช่เวทมนตร์ แต่เป็นความไว้วางใจที่คงอยู่ด้วยการได้ยิน

ครั้งหนึ่งศิษยาภิบาลถามผู้หญิงคนหนึ่งที่เข้าร่วมพิธีปลดปล่อยทุกครั้งว่า
"คุณอ่านพระคัมภีร์ทุกวันไหม" เธอตอบว่า "ไม่ ฉันพึ่งคำอธิษฐานของคุณ"
ศิษยาภิบาลกล่าวว่า "ถ้าอย่างนั้น คุณก็ต้องพึ่งศรัทธาของฉัน ไม่ใช่ศรัทธาของคุณเอง"
ศรัทธาที่ยืมมาไม่อาจถือครองอิสรภาพที่ยืมมาได้

การปลดปล่อยโดยปราศจากวินัย

พระเยซูเตือนว่าใจที่ว่างเปล่าย่อมเชื้อเชิญแขกกลับมา (ลูกา 11 : 24-26)
การอธิษฐานขับไล่ความมืดออกไป วินัยรักษาแสงสว่างไว้ภายใน
อิสรภาพเจริญเติบโตที่ความศักดิ์สิทธิ์ที่เป็นกิจวัตรสร้างกำแพงแห่งนิสัยรอบ ๆ พระคุณ

ไฟที่ทำให้เสรีภาพคงอยู่

เมื่อแท่นบูชาเย็นลง แมลงวันก็จะมารวมตัวกัน
เปาโลกระตุ้นว่า "จงกระตุ้นของประทานของพระเจ้า" — 2 ทิโมธี 1: 6
เติมเชื้อเพลิงให้เปลวไฟทุกวัน:

ศรัทธาคือเชื้อเพลิง

การบูชา-ออกซิเจน

ความศักดิ์สิทธิ์ — การกักเก็บ

ใจที่ร้อนรนด้วยพระวจนะและการนมัสการกลายเป็นดินที่แตะต้องไม่ได้

เส้นทางสู่การปลดปล่อยรอบด้าน

1. สร้างความสัมพันธ์ใหม่ ยึดมั่นในพระวจนะจนกว่าศรัทธาจะลุกโชน

2. เฝ้าประตู ปิดประตูทางสายตา วาจา และดิจิทัลที่ปิดกั้นบาป

3. ท่องจำและประกาศ พูดบทกลอนทุกเช้า—ดาบของคุณสำหรับวันนี้

4. ดำเนินชีวิตด้วยการเชื่อฟัง การกระทำที่เชื่อฟังทุกครั้งจะซ่อมแซมกำแพงได้

5. ใช้ชีวิตด้วยความกตัญญู วันขอบคุณพระเจ้าทำให้บรรยากาศเต็มไปด้วยแสงสว่าง

เสียงเรียกร้องให้มีไฟ

ข้อความนี้ไม่ได้เขียนขึ้นเพื่ออธิบายความล้มเหลว แต่เพื่อจุดประกายแห่งชัยชนะ
พระเยซูทรงเอาชนะการล่อลวงด้วยคำเขียนไว้ว่า "มีคำเขียนไว้ว่า
พระองค์รักษาเด็กที่คนอื่นรักษาไม่ได้
เพราะพระองค์ทรงดำเนินชีวิตด้วยพระวจนะและความเมตตากรุณา"
ไฟเดียวกันนี้รอคอยผู้เชื่อทุกคนที่รักษาพระวจนะให้คงอยู่ภายใน

คำประกาศสี่สิบประการประจำวันเพื่อการปลดปล่อยรอบด้านต่อไปนี้คือแผนแม่บทสำหรับการเริ่มต้นใหม่ของคุณ—
อิฐแห่งแสงสว่างสี่สิบก้อนเพื่อสร้างบ้านภายในขึ้นใหม่จนกว่าทุกห้องจะสว่างไสวด้วยการประทับของพระคริสต์
ท่องจำข้อพระคัมภีร์หนึ่งข้อในแต่ละวัน พูดในตอนเช้าและตอนเย็น และ ปฏิบัติตามความจริงของข้อพระคัมภีร์นั้น
ด้วยคำประกาศศรัทธาและความมุ่งมั่นสี่สิบครั้งต่อวัน
คุณจะไม่เพียงแต่ต่อต้านความมืดเท่านั้น แต่คุณจะแผ่รังสีแสงสว่าง

40 ถ้อยคำประจำวัน
คำสารภาพและการกลับใจ
คำอธิษฐานพร้อมคำสละ การประกาศ
การปิดผนึก และการขอบคุณ

จุดไฟที่ 1 — ไฟศักดิ์สิทธิ์ จงค้นหาและเผาผลาญแท่นบูชาทุกแห่งที่เรียกชื่อฉัน

มีเขียนไว้ว่า:

เพราะว่าพระเจ้าของเรานั้นทรงเป็นไฟที่เผาผลาญ — ฮีบรู 12 : 29

***จงเข้าใจเสียวันนี้เถิดว่า พระเยโฮวาห์พระเจ้าของท่านคือผู้ที่ เสด็จ ไปข้างหน้าท่าน
พระองค์จะทรงทำลายพวกเขาเหมือนไฟที่เผาผลาญ
และจะทรงทำให้พวกเขาล้มลงต่อหน้าท่าน — เฉลยธรรมบัญญัติ 9: 3***

การสารภาพบาปและการกลับใจ

บิดา ข้าพเจ้าสารภาพว่าเพราะความไม่รู้ ความกลัว และบาปของบิดาของข้าพเจ้า
แท่นบูชาชั่วร้ายที่กล่าวถึงชื่อข้าพเจ้าจึงถูกยกขึ้น
ฉันยอมรับพันธมิตรทุกคนที่มีความมืดมิด ไม่ว่าจะรู้ตัวหรือไม่รู้ตัวก็ตาม
และฉันขอถวายพระโลหิตของพระเยซูเหนือชีวิตของฉัน ครอบครัวของฉัน
และสายเลือดของฉัน
โปรดทรงยกโทษให้ข้าพระองค์ด้วยเถิด พระเจ้า เพราะข้าพระองค์วางใจมนุษย์
ไปหาหมอดู อธิษฐานโดยประมาท หรือแตะต้องสิ่งที่ไม่บริสุทธิ์
โปรดทรงชำระข้าพระองค์ให้บริสุทธิ์
และทรงแยกข้าพระองค์ออกจากแท่นบูชาทุกแห่งที่ไม่ได้สร้างด้วยพระหัตถ์ของพระองค์

การอธิษฐาน (พร้อมการสละ)

โอ้พระเจ้าแห่งไฟ โปรดทรงลุกขึ้นเพื่อข้าพเจ้าในวันนี้!
ขอให้แท่นบูชา ศาลเจ้า หรือวิหารใต้ทะเลทุกแห่งที่เรียกชื่อข้าพเจ้าถูกเผาผลาญตั้งแต่ราก
ขอให้ไฟแห่งพระวิญญาณบริสุทธิ์เดินทางผ่านแม่น้ำ ภูเขา และดินแดนบรรพบุรุษ
เผาไหม้บันทึกชั่วร้ายทุกอย่าง การบูชายัญทุกอย่าง รูปเคารพทุกรูป
และนักบวชทุกองค์ที่อัญเชิญฉัน
ข้าพเจ้าสละพันธสัญญา คำสาบานด้วยเลือด
และการอุทิศตนทุกประการที่ผูกมัดข้าพเจ้าไว้กับแท่นบูชาเหล่านั้น
ขอให้ฟ้าร้องของพระเจ้าตอบแทนฉัน
ขอให้ฟ้าแลบทำให้การชุมนุมของพวกเขากระจัดกระจาย
ขอให้สัญลักษณ์ของพวกเขาละลายเหมือนขี้ผึ้งต่อหน้าเปลวไฟ
รูปเคารพทุกองค์ที่เอ่ยพระนามของเราในยามค่ำคืน ขอให้ไฟของพระเจ้าดับมันลงตลอดไป

การประกาศ

ฉันซ่อนตัวอยู่ในไฟแห่งพระผู้ทรงฤทธานุภาพ
ชื่อของฉันถูกจารึกไว้ในไฟสวรรค์แล้ว
ไม่มีแท่นบูชา ไม่มีนักบวช ไม่มีปีศาจใดสามารถเรียกฉันกลับมาได้
พระเจ้าเองทรงล้อมรอบฉันด้วยเปลวเพลิงแห่งความรุ่งโรจน์ และฉันก็เป็นอิสระ

ผนึก

โดยพระโลหิตของพระเยซู โดยคำพยานของฉัน และโดยไฟแห่งพระวิญญาณนิรันดร์
ฉันปิดผนึกการปลดปล่อยนี้
เหล่าทูตสวรรค์แห่งไฟมาตั้งค่ายอยู่รอบฉันและบ้านของฉัน
ขอให้ทุกความพยายามแห่งความมืดมิดพบกับกำแพงแห่งเปลวเพลิงศักดิ์สิทธิ์ สาธุ

วันขอบคุณพระเจ้า

พระบิดา ข้าพระองค์ขอบพระคุณพระองค์ เพราะแท่นบูชาชั่วร้ายทุกแห่งกลายเป็นเถ้าถ่าน
และข้อกล่าวหาทุกอย่างถูกทำลาย

ขอให้อาณาจักร อำนาจ และพระสิริรุ่งโรจน์เป็นของพระองค์ตลอดไป สาธุ

จุดไฟที่ 2 — ไฟของพระเจ้า ชำระล้างสายเลือดของฉันจากมลภาวะและพันธสัญญา

มีเขียนไว้ว่า:

เพราะพระองค์เปรียบเสมือนไฟของผู้หลอมเงิน
และพระองค์จะประทับเหมือนผู้หลอมเงินและผู้ทำให้เงินบริสุทธิ์ — มาลาคี 3: 2-3

เมื่อเราเห็นโลหิตนั้น เราจะผ่านพ้นพวกเจ้าไป
และโรคระบาดจะไม่เกิดขึ้นกับพวกเจ้าเพื่อทำลายพวกเจ้า — อพยพ 12 : 13

การสารภาพบาปและการกลับใจ

พระเยซูเจ้า ข้าพระองค์ยืนหยัดเพื่อตัวข้าพระองค์เองและบรรพบุรุษของข้าพระองค์
เราได้ปรนนิบัติพระเจ้าอื่น เราได้หลั่งเลือดผู้บริสุทธิ์ เราได้ปฏิญาณตนต่อรูปเคารพ
ข้าพเจ้าขอกลับใจและขอพระโลหิตของพระเยซูเหนือสายเลือดของข้าพเจ้า
ชำระล้างรากฐานของฉัน ชำระล้าง DNA ของฉันให้บริสุทธิ์
และกำจัดมรดกของปีศาจทั้งหมด

การอธิษฐาน (พร้อมการสละ)

ไฟพระวิญญาณบริสุทธิ์ โปรดผ่านเข้ามาในสายเลือดของฉันเดี๋ยวนี้!
ค้นหาต้นกำเนิด ยีน และรุ่นต่อรุ่นของข้าพเจ้า เผาทำลายงู เครื่องราง
และสัญลักษณ์แห่งพันธสัญญาทั้งหมด
ข้าพเจ้าสละและประณามคำสาบานบรรพบุรุษทุกประการด้วยรูปเคารพ น้ำ
และวิญญาณของผู้ตาย

ขอให้ไฟที่ตกลงมาจากภูเขาคาร์เมลตกลงมาบนแท่นบูชาทุกแห่งในบรรพบุรุษของฉัน
ทุกวิญญาณที่อ้างความเป็นเจ้าของครอบครัวของฉัน—ปล่อยเราและเผาซะ!
ปล่อยให้พระโลหิตของพระเยซูเขียนรหัสพันธุกรรมของฉันใหม่ด้วยความศักดิ์สิทธิ์และแส
งสว่าง

การประกาศ

เลือดของฉันได้รับการชำระให้บริสุทธิ์แล้ว และสายเลือดของฉันได้รับการไถ่คืนแล้ว
คำสาปถูกทำลาย พรก็หลั่งไหล
ข้าพเจ้าได้รับการต่อกิ่งเข้าสู่สายเลือดราชวงศ์ของพระคริสต์

ผนึก

โดยพระโลหิตที่ พูด สิ่งที่ดีกว่าพระโลหิตของอาเบล และโดยไฟที่ ชำระให้บริสุทธิ์
ฉันและพงศ์พันธุ์ของฉันได้รับการประทับตราไว้ต่อพระเจ้า อาเมน.

วันขอบคุณพระเจ้า
ขอบพระคุณพระบิดาที่ทรงทำลายแอกของบรรพบุรุษของฉัน
และทำให้ฉันเป็นภาชนะที่เหมาะสมเพื่อความรุ่งโรจน์ของพระองค์

จุดไฟที่ 3 — ไฟศักดิ์สิทธิ์ เผาผลาญวิญญาณ คู่สมรส และสหภาพแห่งความชั่วร้ายทุกแห่ง

มีเขียนไว้ว่า:

เพราะผู้สร้างเจ้าเป็นสามีของเจ้า พระนามของพระองค์คือพระเยโฮวาห์จอมโยธา — อิสยาห์ 54: 5

ใครจะยืนหยัดอยู่ต่อหน้าพระพิโรธของพระองค์ได้?
และใครจะทนอยู่ในความกริ้วอันรุนแรงของพระองค์ได้?
ความพิโรธของพระองค์เทลงมาดุจไฟ — นาฮูม 1: 6

การสารภาพบาปและการกลับใจ

พระเยซูเจ้า ข้าพระองค์ขอสารภาพบาปทางเพศ การฝันเห็น
หรือความปรารถนาที่ซ่อนเร้นซึ่งเปิดประตูสู่คู่ครองฝ่ายวิญญาณ
โปรดยกโทษให้ข้าพเจ้า และชำระร่างกาย จิตวิญญาณ
และวิญญาณของข้าพเจ้าด้วยพระโลหิตอันล้ำค่าของพระองค์
ข้าพเจ้าขอมอบความรักของข้าพเจ้าแด่ท่านผู้เดียวเท่านั้น

การอธิษฐาน (พร้อมการสละ)

โดยไฟแห่งพระวิญญาณบริสุทธิ์ ข้าพเจ้าสละสามีฝ่ายวิญญาณ ภรรยาฝ่ายวิญญาณ
และพันธสัญญาทางทะเลทุกประการ
ขอให้ไฟของพระเจ้าลงมาบนทุกเตียงแห่งความโสมม บนทุกแหวน บนเสื้อผ้า
และบนแท่นบูชาการแต่งงานในทะเล

ขอให้วิญญาณเหล่านั้นได้ยินการพิพากษาของไม้กางเขน—คุณถูกหย่าร้าง ถูกขับไล่และถูกทำลายด้วยไฟ!
ข้าแต่พระเจ้า ขอทรงส่งพายุหมุนของพระองค์ลงไปในน้ำ
ขอทรงให้ดาบของพระองค์ตัดขาดความสัมพันธ์ระหว่างข้าพระองค์กับอาณาจักรแห่งความมืด

การประกาศ

ฉันได้หมั้นหมายกับพระเยซูคริสต์เท่านั้น
ร่างกายของฉันคือวิหารของพระวิญญาณบริสุทธิ์
ความฝันของฉันได้รับการชำระให้บริสุทธิ์ คืนของฉันสงบสุข
จะไม่มีคู่ครองชั่วเข้ามาใกล้ที่อยู่ของฉันอีกต่อไป

ผนึก

ด้วยพระโลหิตและ ไฟ
ข้าพเจ้าปิดผนึกพันธสัญญาการแต่งงานของข้าพเจ้ากับพระเมษโปดก
ขอให้ดาบเพลิงคุ้มครองทุกประตูชีวิตของฉัน สาธุ

วันขอบคุณพระเจ้า

ขอบพระคุณพระเจ้าที่ทรงประทานความเป็นหนึ่งอันศักดิ์สิทธิ์แก่ฉันกับพระองค์
และทรงฟื้นฟูความบริสุทธิ์ของฉันตลอดไป

จุดไฟที่ 4 — ไฟของพระเจ้าเผาผลาญพันธสัญญาชั่วร้ายทั้งหมดที่ได้รับการต่ออายุในความฝันของฉัน

มีเขียนไว้ว่า:

เพราะพระเจ้า ตรัส ครั้งหนึ่ง เออ สองครั้ง... ในความฝัน ในนิมิตกลางคืน
เพื่อพระองค์จะทรงถอนมนุษย์ออกจากจุดประสงค์ของเขา — โยบ 33 : 14-17

พระองค์จะทรงโปรยบ่วงไฟและกำมะถันลงมาบนคนชั่ว — สดุดี 11: 6

การสารภาพบาปและการกลับใจ

พ่อครับ ผมสารภาพว่าผมไม่เคยรู้เรื่องธุรกรรมของปีศาจเลยแม้ในขณะหลับ
โปรดยกโทษให้กับความไม่ใส่ใจของฉัน
โปรดยกโทษให้กับประตูที่ฉันปล่อยให้เปิดออกเพราะความกลัว ตัณหา หรือความไม่เชื่อ
ฉันวิงวอนขอพระโลหิตของพระเยซูเหนือประตูแห่งความฝันของฉัน

การอธิษฐาน (พร้อมการสละ)

โอ้ไฟแห่งพระเจ้า โปรดเข้ามาในดินแดนแห่งความฝันของฉัน!
พันธสัญญาทุกประการที่ได้รับการต่ออายุผ่านอาหาร เซ็กส์
หรือการเขียนด้วยลายมือในความฝัน จะถูกลบล้างด้วยไฟ
ฉันสละสัญญาทุกฉบับที่ลงนามในจิตวิญญาณขณะที่ฉันนอนหลับ
ขอให้ไฟของพระเจ้าลงมาบนทุกการประชุมของเหล่าทหารเรือ ทุกตลาดเวทมนตร์
และทุกห้องพิจารณาคดีของปีศาจที่ใช้ชื่อของฉัน จงเผาผลาญพวกมันให้สิ้นซาก!
ขอให้เหล่าเทวดาแห่งไฟมาคอยคุ้มครองการนอนหลับของฉันตั้งแต่คืนนี้เป็นต้นไป

การประกาศ

ความฝันของฉันเป็นของพระวิญญาณบริสุทธิ์
ไม่มีมืออันมืดมนใดสามารถเขียนถึงชะตากรรมของฉันได้อีกต่อไป
กลางคืนได้รับการชำระให้บริสุทธิ์ด้วยไฟ ตอนเช้าเต็มไปด้วยแสงสว่าง

ผนึก

ฉันปิดผนึกความฝันของฉันด้วยพระโลหิตของพระเยซูและไฟของพระเจ้า
นับจากนี้เป็นต้นไป มีแต่ข้อความจากสวรรค์เท่านั้นที่ได้รับอนุญาต สาธุ

วันขอบคุณพระเจ้า
จงถวายพระพรแด่พระเยโฮวาห์ผู้ทรงประทานการนอนหลับแก่ผู้เป็นที่รักของพระองค์
จงสรรเสริญพระองค์ตลอดไป

จุดไฟที่ 5 — ไฟแห่งพระยะโฮวา เปิดโปงและบริโภควิญญาณที่คอยเฝ้าติดตาม

มีเขียนไว้ว่า:

ไม่มีสิ่งใดที่ถูกปิดบังไว้ซึ่งจะไม่ถูกเปิดเผย ไม่มีสิ่งใดที่ถูกซ่อนไว้ซึ่งจะไม่ถูกเปิดเผย — ลูกา 12: 2

ไฟ ลุก อยู่เบื้องหน้าพระองค์ และ เผา ผลาญศัตรูของพระองค์โดยรอบ — สดุดี 97 : 3

การสารภาพบาปและการกลับใจ

ข้าแต่พระเจ้า ข้าพระองค์สารภาพถึงความอยากรู้อยากเห็นทุกอย่างที่เปิดประตูให้
ไม่ว่าจะเป็นโหราศาสตร์ การดูดวง คำแนะนำที่ไม่ศักดิ์สิทธิ์
โปรดอภัยให้ข้าพเจ้า และด้วยพระโลหิตของพระองค์
โปรดปิดช่องทางการเฝ้าระวังทุกช่องทางที่ศัตรูใช้ประโยชน์

การอธิษฐาน (พร้อมการสละ)

พระยะโฮวาไฟ
โปรดลุกขึ้นและเปิดเผยวิญญาณเฝ้าติดตามทุกตนที่ได้รับมอบหมายให้เฝ้าดูการเคลื่อนไหวของฉัน ครอบครัวของฉัน และคำอธิษฐานของฉัน!
ขอให้ดวงตาแห่งความมืดบอด ขอให้หูของปีศาจหูหนวก
กระจก คริสตัล สัตว์ หรือเทคโนโลยีทุกชนิดที่ใช้ติดตามฉัน ระเบิดเป็นไฟแล้ว!
ฉันสละพันธมิตรทุกอย่างที่ให้สิทธิในการเข้าถึงชีวิตของฉัน ไม่ว่าจะโดยรู้ตัวหรือไม่ก็ตาม
ข้าแต่พระเจ้า โปรดทรงคลุมข้าพระองค์ด้วยเสาไฟของพระองค์
ขอให้อำนาจในการค้นหาทุกอย่างถูกทำให้สับสน

การประกาศ

ฉันมองไม่เห็นจากความมืด ไม่สามารถถูกปีศาจแตะต้องได้ ซ่อนอยู่ในพระคริสต์
บรรยากาศของฉันลุกโชนด้วยการปรากฏตัวของพระเจ้า

ผนึก

โดยพระโลหิต พระวจนะ และไฟ
ข้าพเจ้าขอสั่งให้ผู้เฝ้าดูความชั่วร้ายทุกคนตาบอดตลอดไป
เปลวไฟแห่งพระวิญญาณบริสุทธิ์คือสิ่งปกคลุมของฉัน สาธุ

วันขอบคุณพระเจ้า

ขอบพระคุณพระบิดาที่ทรงเปลี่ยนดวงตาของคนชั่วทุกดวงให้กลายเป็นเถ้าถ่าน
และโอบล้อมฉันด้วยแสงสว่าง

จุดไฟที่ 6 — ไฟแห่งการปลดปล่อย ทำลายโซ่ตรวนแห่งความล่าช้าและความหยุดนิ่ง

มีเขียนไว้ว่า:

ยก ออกไปจากคอของคุณ และแอกนั้นจะถูกทำลายเพราะการเจิมน้ำมัน - อิสยาห์ 10:27

พระเจ้าของเราทรงเป็นไฟที่เผาผลาญ — ฮีบรู 12 : 29

การสารภาพบาปและการกลับใจ

พ่อครับ ข้าพเจ้าสารภาพว่าความไม่เชื่อ ความกลัว และการไม่เชื่อฟัง
ทำให้ข้าพเจ้าก้าวเดินช้าลง
ครอบครัวของฉันก็เดินวนเวียนอยู่กับความล้มเหลวซ้ำแล้วซ้ำเล่า
โปรดยกโทษให้พวกเราด้วยเถิดพระเจ้า
โปรดชำระล้างฉันด้วยพระโลหิตของพระเยซู
และชำระฉันจากความขี้เกียจทางจิตวิญญาณและการผัดวันประกันพรุ่งทุกประการที่เกิดขึ้น
พร้อมกับความล่าช้า

การอธิษฐาน (พร้อมการสละ)

โอ้ ไฟแห่งการปลดปล่อย
โปรดทำลายโซ่ตรวนที่มองไม่เห็นทุกเส้นที่พันธนาการความก้าวหน้าของข้าพเจ้า!
ขอให้ประตูเหล็กแห่งความล่าช้าทุกแห่งถูกละลายด้วยไฟศักดิ์สิทธิ์
ฉันสละพันธสัญญาแห่งความเชื่องช้าทุกประการ คำสั่งทางทะเลทุกประการที่ว่า "ยังไม่"
และคำปฏิญาณบรรพบุรุษแห่งความหยุดนิ่งทุกประการ
ขอให้เปลวเพลิงแห่งสวรรค์เผาผลาญวิญญาณที่ขัดขวางฉัน
ข้าพเจ้าสั่งให้เร่งความเร็วด้วยรถศึกแห่งไฟ ข้าพเจ้าจะก้าวไปข้างหน้าตามโชคชะตา
ไฟล์โปรโมตของฉันทุกไฟล์ที่วางอยู่บนโต๊ะซาตาน—จงลุกไหม้ทันที!

การประกาศ

ฉันเกิดมาเพื่อการเคลื่อนไหว ไม่ใช่ความหยุดนิ่ง
ลมแห่งพระวิญญาณขับเคลื่อนฉัน และไฟของพระเจ้าเสริมพลังให้ฉัน
ฉันแซงไปในจุดที่ฉันล่าช้าและฟื้นคืนเวลาที่เสียไป

ผนึก

โดยพระโลหิตของพระเยซู โดยพระวจนะของพระเจ้า และโดยไฟแห่งพระวิญญาณ
ฉันปิดผนึกการปลดปล่อยนี้
เส้นทางของฉันส่องสว่างสดใสขึ้นเรื่อยๆ จนถึงวันอันสมบูรณ์แบบ สาธุ

วันขอบคุณพระเจ้า

พ่อ ขอบพระคุณพระองค์ที่ทำลายโซ่ตรวนแห่งความล่าช้า
และประทานปีกแห่งความเร็วอันศักดิ์สิทธิ์ให้แก่ฉัน

จุดไฟที่ 7 — ไฟแห่งวิญญาณ พลิกกลับเทพเจ้าประจำบ้านและวิญญาณที่คุ้นเคย

มีเขียนไว้ว่า:

พวกเขาจะโยนรูปเคารพของตนให้กับตุ่นและค้างคาว — อิสยาห์ 2 : 20

และเราจะตัดชื่อของรูปเคารพออกไปจากแผ่นดิน และจะไม่มีใครจดจำพวกเขาอีกต่อไป — เศคาริยาห์ 13: 2

การสารภาพบาปและการกลับใจ

บิดา ข้าพเจ้าขอสารภาพบาปของบิดาของข้าพเจ้า คือ การบูชารูปเคารพ การบูชาอย่างลับๆ
เครื่องราง และรูปเคารพต่างๆ
ข้าพเจ้าขอแสดงความเสียใจต่อวัตถุบูชาทุกประการที่สืบทอดหรือชื่นชม
ด้วยพระโลหิตของพระเยซู
ข้าพเจ้าสละรูปเคารพของบ้านบิดาและวิญญาณคุ้นเคยที่เดินทางไปตามสายเลือดของเรา

การอธิษฐาน (พร้อมการสละ)

โอ้ วิญญาณแห่งไฟ จงเข้ามาในรากฐานของข้าพเจ้า
และล้มล้างบัลลังก์ของเหล่าเทพในบ้าน!
รูปเคารพทุกองค์ร้องขอการรับใช้หรือการเสียสละ—ได้รับไฟและพินาศไป!
วิญญาณคุ้นเคยทุกตนที่แอบอ้างเป็นผู้ช่วย หน้ากากบรรพบุรุษทุกอัน—จงเผาไหม้!
ฉันสละสิทธิ์ความเป็นเจ้าของของคุณ ฉันทำลายสิทธิตามกฎหมายของคุณ
ขอให้ไฟศักดิ์สิทธิ์ลุกโชนไปทั่วแท่นบูชา หลุมศพ รูปภาพ และเครื่องรางของขลัง

ขอให้สายตระกูลของฉันเป็นสายแห่งศาสดาและปุโรหิตของพระเจ้า

การประกาศ

พระเจ้าเท่านั้นที่เป็นพระเจ้าเหนือสายเลือดของฉัน
ไฟแห่งการฟื้นฟูกำลังสถิตอยู่ในบ้านของฉัน
ไม่มีรูปเคารพใดจะปกครองท่ามกลางพวกเราอีกต่อไป

ผนึก

โดยพระโลหิตที่ไถ่บาปและไฟที่ชำระให้บริสุทธิ์ ฉันปิดผนึกการปลดปล่อยนี้
ขอให้พระนามพระเยซูสถิตอยู่ที่ประตูบ้านของเราตลอดไป สาธุ

วันขอบคุณพระเจ้า

ขอบพระคุณพระบิดาที่ทรงปลดรูปเคารพออกจากบัลลังก์และสถาปนาพระองค์เองเป็นกษัตริย์ในครอบครัวของฉัน

จุดไฟที่ 8 — ไฟศักดิ์สิทธิ์

ทำลายเสียงแห่งการกล่าวหาและการประณาม

มีเขียนไว้ว่า:

ใครจะ กล่าวหา ผู้ที่พระเจ้าทรงเลือกไว้ได้? พระเจ้าทรงเป็น ผู้ชอบธรรม — โรม 8:33

และพระเยโฮวาห์ตรัสแก่ซาตานว่า พระเยโฮวาห์ทรงตักเตือนเจ้า โอ ซาตาน - เศคาริยาห์ 3 : 2

การสารภาพบาปและการกลับใจ

ข้าแต่พระบิดาผู้ชอบธรรม
ข้าพระองค์สารภาพถึงการละเมิดและข้อบกพร่องของข้าพระองค์
ที่คำพูดและการกระทำของฉันทำให้ศัตรูมีเหตุที่จะกล่าวโทษได้ โปรดอภัยให้ฉันด้วย
ฉันขอพระโลหิตของพระเยซูเพื่อชดเชยบาปทุกประการ
และฉันกลับใจจากความผิดทุกอย่างที่ไม่ได้สารภาพ

การอธิษฐาน (พร้อมการสละ)

ไฟแห่งพระเจ้าจงเผาไหม้ม้วนคำกล่าวหา!
บัญญัติทุกข้อที่เขียนต่อต้านข้าพเจ้า จะต้องถูกลบล้างด้วยไฟและโลหิต
ศาลปีศาจทุกแห่งรวมตัวกันเพื่อประณามฉัน—กระจายไปโดยฟ้าร้อง!
ฉันสละความรู้สึกผิด ความอับอาย และการตำหนิตนเอง
ขอให้เสียงของไม้กางเขนทำให้เสียงของหลุมเงียบลง

การประกาศ

ฉันได้รับความชอบธรรมโดยความเชื่อ ชำระล้างด้วยพระโลหิต
และสวมเสื้อผ้าแห่งความชอบธรรม
เพราะฉะนั้นบัดนี้ข้าพเจ้าในพระเยซูคริสต์จึงไม่มีการประณามอีกต่อไป
ผู้กล่าวหาข้าพเจ้าก็เงียบไปต่อหน้าผู้พิพากษาแห่งทุกคน

ผนึก

โดยพระโลหิต พระวจนะ และไฟ
ข้าพเจ้าประทับตราการพ้นผิดของข้าพเจ้าในสวรรค์และบนแผ่นดินโลก
ค้อนแห่งพระคุณได้ตีแล้ว ฉันเป็นอิสระตลอดไป สาธุ

วันขอบคุณพระเจ้า

ขอบพระคุณพระเจ้าที่ทรงทำให้ผู้กล่าวโทษทุกคนเงียบลง
และทรงแทนที่การตัดสินด้วยความเมตตา

จุดไฟที่ 9 — ไฟของพระเจ้าโปรดฟื้นฟูคุณธรรมและพระสิริที่ถูกขโมยไปของฉัน

มีเขียนไว้ว่า:

และเราจะคืนปีให้แก่ท่านซึ่งตั๊กแตนกินไปแล้ว — โยเอ ล ***2:25***

พระสิริของบ้านหลังนี้จะยิ่งใหญ่กว่าหลังแรก พระเจ้าจอมโยธาตรัสดังนี้ — ฮักกัย 2: 9

การสารภาพบาปและการกลับใจ

พ่อครับ ผมยอมรับว่าความไม่ระมัดระวังและการประนีประนอมทำให้ศัตรูขโมยคุณธรรม ความสุข และ เกียรติยศ ของผมไปจาก ผม
โปรดยกโทษให้ฉันและชำระฉันด้วยพระโลหิต
ฉันสละทุกธุรกรรมที่แลกความรุ่งโรจน์ของฉันกับความอับอาย

การอธิษฐาน (พร้อมการสละ)

ไฟศักดิ์สิทธิ์ เดินทางผ่านน้ำและสถานที่ลับที่ความดีงามและดวงดาวของฉันถูกฝังไว้ รีบเอาคืนด้วยไฟซะ!
โกดังสินค้าทางทะเลทุกแห่งที่เก็บพรของฉันไว้—จงมอดไหม้เป็นเถ้าถ่าน!
ฉันขอเรียกแสงสว่างของฉัน ของขวัญของฉัน ความโปรดปราน ของฉัน และมงกุฎของฉัน กลับมา
ฉันสละโจรและพันธสัญญาแห่งการสูญเสียทั้งหมด
ให้มีการฟื้นตัวเจ็ดประการตามพระวจนะของพระเจ้า

การประกาศ

ความรุ่งโรจน์ของฉันได้รับการฟื้นคืน เกียรติยศ ของฉัน เปล่งประกาย
น้ำค้างแห่งสวรรค์มาเกาะบนตัวฉันอีกครั้งแล้ว
ทุกที่ที่ฉันถูกปฏิเสธ ตอนนี้ฉันได้รับการเฉลิมฉลอง

ผนึก

ด้วยพระโลหิตของพระเยซูและไฟแห่งการกลับคืน
ข้าพเจ้าขอประกาศพระสิริของข้าพเจ้าให้มั่นคงตลอดไป สาธุ

วันขอบคุณพระเจ้า

ขอบพระคุณพระบิดาที่ทรงไถ่บาปของฉันและทรงสวมมงกุฎแห่งความเมตตาให้ฉันอีกครั้ง

จุดไฟที่ 10 — ไฟของพระเจ้า เผาผลาญความกลัวและความหวาดผวายามค่ำคืน

มีเขียนไว้ว่า:

เจ้าจะไม่ต้องกลัวความสยดสยองในตอนกลางคืน และไม่ต้องกลัวลูกศรที่ พุ่งไป ในตอนกลางวัน — สดุดี 91 : 5

พระเยโฮวาห์ทรงเป็นความสว่างและความรอดของข้าพเจ้า ข้าพเจ้าจะกลัวผู้ใดเล่า พระเยโฮวาห์ทรงเป็นกำลังแห่งชีวิตข้าพเจ้า ข้าพเจ้าจะเกรงกลัวผู้ใดเล่า — สดุดี 27: 1

การสารภาพบาปและการกลับใจ

ข้าแต่พระเจ้า ข้าพระองค์สารภาพว่าความกลัวได้ครอบงำกลางคืนของข้าพระองค์
และความวิตกกังวลได้ขโมยการพักผ่อนของข้าพระองค์ไป
โปรดอภัยในความไม่เชื่อของฉัน
ฉันขอพระโลหิตของพระเยซูเหนือหัวใจของฉัน ห้องของฉัน และความฝันของฉัน

การอธิษฐาน (พร้อมการสละ)

โอ้ไฟแห่งพระเจ้า โปรดโหมเข้าท่วมที่พักอาศัยของข้าพเจ้า!
เผาผลาญวิญญาณแห่งความกลัว ฝันร้าย และปีศาจทุกตนที่คอยทรมาน
ฉันสละความเป็นทาสของความหวาดกลัวและวิญญาณแห่งความตาย
ขอให้ไฟของคุณ สร้าง สันติภาพรอบตัวฉันเหมือนกำแพงแห่งแสงสว่าง
ขอให้เสียงกระซิบแห่งความหวาดกลัวทุกเสียงเงียบลงด้วยเสียงฟ้าร้อง

การประกาศ

ความสงบของพระเจ้ารักษาจิตใจของฉัน พระเจ้าเองทรงเป็นแสงสว่างของฉัน
ข้าพเจ้านอนลงอย่างปลอดภัย และข้าพเจ้าตื่นขึ้นด้วยความรุ่งโรจน์
ความหวาดกลัวจะไม่มาเยือนคืนของฉันอีกต่อไป

ผนึก

ด้วยพระโลหิตของพระเยซูและไฟแห่งพระวิญญาณบริสุทธิ์ ข้าพเจ้าขอผนึกจิตใจ เตียงนอน และบรรยากาศของข้าพเจ้าด้วยสันติสุขอันศักดิ์สิทธิ์ อาเมน

วันขอบคุณพระเจ้า
ขอบพระคุณพระบิดาที่ทรงเปลี่ยนความมืดให้เป็นแสงสว่าง
และเปลี่ยนความกลัวให้เป็นศรัทธา

จุดไฟที่ 11 — ไฟศักดิ์สิทธิ์ฟื้นฟูจิตใจของฉันและเผาผลาญความหลอกลวงให้หมดไป

มีเขียนไว้ว่า:

"และอย่าประพฤติตามอย่างคนในโลกนี้ แต่จงรับการเปลี่ยนแปลงจิตใจใหม่" — โรม 12: 2

"การสำแดงพระวจนะของพระองค์ให้ความสว่าง" — สดุดี 119 : 130

การสารภาพบาปและการกลับใจ

พระเยซูเจ้า
ข้าพระองค์สารภาพว่าข้าพระองค์มักเชื่อเสียงแห่งความกลัวและความล้มเหลวมากกว่าพระวจนะของพระองค์
โปรดอภัยแก่ข้าพเจ้าสำหรับความคิดทุกอย่างที่ยกตัวเองขึ้นต่อต้านความรู้ของพระเจ้า
โปรดชำระจิตใจของฉันด้วยพระโลหิตอันล้ำค่าของพระองค์
และชำระล้างหัวใจของฉันด้วยไฟศักดิ์สิทธิ์

คำอธิษฐานไฟศักดิ์สิทธิ์

พระบิดา ขอความจริงของพระองค์ลงมาดุจเปลวไฟบนความคิดของฉัน
ที่ซึ่ง ความมืดสร้าง ป้อมปราการแห่งความสงสัย
ให้แสงสว่างแห่งพระวจนะของพระองค์จุดประกายการสร้างสรรค์ใหม่
บริโภคคำโกหกที่บอกว่าฉันไร้ค่า ไร้ความหวัง หรือถูกทอดทิ้ง
ปล่อยให้ไฟลุกโชนผ่านเข้าไปในความทรงจำ
และเผาทุกตัวตนอันเป็นเท็จจนกลายเป็นเถ้าถ่าน

ฉันเปิดใจของฉันให้กับพระวิญญาณแห่งความจริง สอนฉัน เปลี่ยนแปลงฉัน และปลดปล่อยฉันให้เป็นอิสระ

การประกาศชัยชนะ

จิตใจของฉันได้รับการเปลี่ยนใหม่ ความคิดของฉันได้รับการเจิมด้วยแสงสว่าง ฉันคิดถึงความคิดของพระคริสต์และเดินในความสงบสุขของพระองค์

ผนึก

ด้วยพระโลหิตของพระเมษโปดกและพระวจนะแห่งความจริง
จิตใจของข้าพเจ้าจึงถูกล้อมด้วยไฟสวรรค์ อาเมน

วันขอบคุณพระเจ้า

ขอบพระคุณพระเจ้าที่ทรงเปลี่ยนความสับสนให้กลายเป็นความกระจ่าง และทรงเติมเต็มฉันด้วยจิตใจของพระคริสต์

จุดไฟที่ 12 — ไฟแห่งความศักดิ์สิทธิ์ชำระล้างความโกรธและความขมขื่นในใจฉัน

มีเขียนไว้ว่า:

"จงละความขมขื่น ความโกรธ และความโกรธเคืองทั้งหมดออกไปจากท่านทั้งหลายเถิด" — เอเฟซั ส 4:31

"ขอทรงสร้างใจที่บริสุทธิ์ในตัวข้าพระองค์เถิด พระเจ้า" — สดุดี 51:10

การสารภาพบาปและการกลับใจ

พระบิดาผู้ทรงเมตตา
ข้าพเจ้ายอมรับว่าความเคียดแค้นและการไม่ให้อภัยมีอยู่ในใจของข้าพเจ้า
โปรดอภัยให้ฉันที่ เก็บ ความเจ็บปวดไว้ในที่ที่พระองค์ต้องการความสงบ
ฉันวิงวอนขอพระโลหิตของพระเยซูเพื่อชำระล้างอารมณ์และความทรงจำของฉัน

คำอธิษฐานไฟศักดิ์สิทธิ์

ข้าแต่พระเจ้า
ขอทรงส่งไฟแห่งการกลั่นของพระองค์เข้าไปในที่ซ่อนเร้นของจิตวิญญาณของฉัน
ปล่อยให้เปลวเพลิงแห่งความรักละลายความเคียดแค้นและความโกรธทุกประการ
เปลี่ยนขี้เถ้าแห่งความขุ่นเคืองให้กลายเป็นน้ำมันแห่งความเมตตา
โปรดสอนฉันให้ให้อภัยเหมือนอย่างที่พระองค์ ทรงให้อภัย ฉันบนไม้กางเขน

การประกาศชัยชนะ

ใจฉันสะอาด จิตใจฉันถูกต้อง
ความสงบไหลเหมือนสายน้ำภายในตัวฉัน

ผนึก

ด้วยพระโลหิตและด้วยไฟศักดิ์สิทธิ์ ความขมขื่นจึงไม่มีรากในตัวข้าพเจ้าอีกต่อไป สาธุ

วันขอบคุณพระเจ้า

ขอบพระคุณพระเจ้าที่ทรงแทนที่ความโกรธด้วยความรักและน้ำตาด้วยความยินดี

จุดไฟที่ 13 — ไฟแห่งจุดประสงค์
จุดประกายการเรียกร้องและโชคชะตาของฉัน

มีเขียนไว้ว่า:

"ที่ใดไม่มีวิสัยทัศน์ ประชาชนก็พินาศ" — สุภาษิต 29:18

"ความกระตือรือร้นในพระนิเวศของพระองค์ได้กัดกินข้าพระองค์"   สดุดี 69: 9

การสารภาพบาปและการกลับใจ

ข้าแต่พระเจ้า
ข้าพระองค์ขอสารภาพถึงความล่าช้าในการเชื่อฟังและความกลัวในการก้าวตามพระประสง
ค์ของพระองค์
โปรดอภัยให้ฉันได้ฝังพรสวรรค์ที่คุณให้ไว้
โปรดชำระล้างความขี้เกียจและความสงสัยของฉัน

คำอธิษฐานไฟศักดิ์สิทธิ์

ข้าแต่พระเจ้าแห่งเอลียาห์ ขอทรงส่งไฟมายังแท่นบูชาของข้าพเจ้าอีกครั้ง
ปลุกของขวัญทุกชิ้น ความฝันทุกชิ้น
และภารกิจทุกอย่างที่เขียนไว้ในสวรรค์เกี่ยวกับฉันขึ้นมา
ขอให้ความกระตือรือร้นอันศักดิ์สิทธิ์กลืนกินความเฉยเมย
ขอให้ความหลงใหลในจิตวิญญาณเผาไหม้ในตัวฉัน
เมื่อฉันเสียสมาธิ สายตาก็หันกลับไปมองพระเยซู

การประกาศชัยชนะ

ฉันเป็นเปลวไฟในมือของพระเจ้า
จุดมุ่งหมายนั้นมีชีวิตอยู่ในตัวฉัน วันเวลาของฉันถูกกำหนดโดยพระเจ้า

ผนึก

ด้วยพระโลหิตของพระเยซูและไฟแห่งพระวิญญาณของพระองค์
โชคชะตาของข้าพเจ้าจึงผนึกไว้ด้วยพระสิริ อาเมน

วันขอบคุณพระเจ้า

ขอบพระคุณพระบิดาที่จุดประกายความรักครั้งแรกของฉันขึ้นมาอีกครั้งและทรงเจิมฉันเพื่อสร้างผลกระทบ

จุดไฟที่ 14 — ไฟแห่งการจัดหา

ทำลายความกลัวการขาดแคลน

มีเขียนไว้ว่า:

“พระเยโฮวาห์จะทรงบัญชาพระพรแก่เจ้าในคลังของเจ้า” — เฉลยธรรมบัญญัติ 28: 8

“

แต่พระเจ้าของฉันจะทรงประทานสิ่งจำเป็นทั้งหมดแก่ท่านตามความมั่งคั่งอันรุ่งโรจน์ของพระองค์โดยพระเยซูคริสต์” — ฟีลิปปี 4:19

การสารภาพบาปและการกลับใจ

พระบิดา โปรดยกโทษให้ข้าพระองค์ที่สงสัยในการดูแลของพระองค์
และถือสิ่งของที่ข้าพระองค์เป็นเจ้าของไว้แน่นเกินไป
โปรดชำระล้างความโลภและความไม่เชื่อของข้าพเจ้า และสอนให้ข้าพเจ้ามีความพอใจ

คำอธิษฐานไฟศักดิ์สิทธิ์

พระเจ้าแห่งความอุดมสมบูรณ์ ขอให้ไฟแห่งความศรัทธาเผาผลาญความกลัวในวันพรุ่งนี้
เปิดตาฉันให้เห็นทรัพยากรที่คุณได้วางไว้ในมือของฉันแล้ว
เผาทำลายคำสาปแห่งความสูญเปล่าและความยากจนให้หมดสิ้นไป
ขอ พระองค์ ทรง อำนวยพรให้การงานของข้าพเจ้าสำเร็จลุล่วง
และโปรดให้ข้าพเจ้าเป็นพรแก่ผู้อื่นด้วย

การประกาศชัยชนะ

พระเจ้าทรงเป็นผู้เลี้ยงแกะของฉัน ฉันจะไม่ขัดสน
ถ้วยของฉัน ล้น เหลือ ฉันมีชีวิตอยู่ในความเพียงพอของพระเจ้า

ผนึก

ด้วยพระโลหิตและพระวจนะแห่งพระสัญญา ไฟแห่งการจัดเตรียมจึงโอบล้อมชีวิตของฉัน อาเมน

วันขอบคุณพระเจ้า

ขอบพระคุณพระเจ้าที่ทรงเปลี่ยนความขาดแคลนให้เป็นความอุดมสมบูรณ์
และทรงสอนให้ฉันไว้วางใจในความดีของพระองค์

จุดไฟที่ 15 — ไฟแห่งความบริสุทธิ์ จงชำระดวงตาและความปรารถนาของข้าพเจ้าให้บริสุทธิ์

มีเขียนไว้ว่า:

"ผู้บริสุทธิ์ใจเป็นสุข เพราะว่าเขาจะได้เห็นพระเจ้า" — มัทธิว 5 : 8

"ขอทรงหันตาข้าพระองค์ไปจากการมองเห็นสิ่งไร้สาระ
และทรงทำให้ข้าพระองค์มีชีวิตอยู่ในมรรคาของพระองค์" — สดุดี 119: 37

การสารภาพบาปและการกลับใจ

พระบิดาผู้ศักดิ์สิทธิ์
ข้าพเจ้าขอสารภาพถึงแววตาและความคิดอันไม่บริสุทธิ์ที่ทำให้จิตวิญญาณของพระองค์เศร้าโศก
ฉันกลับใจต่อภาพและความปรารถนาทุกอย่างที่ทำให้จิตวิญญาณของฉันแปดเปื้อน
โปรดชำระล้างฉันด้วยพระโลหิตของพระองค์ และคืนความบริสุทธิ์ให้กับหัวใจของฉัน

คำอธิษฐานไฟศักดิ์สิทธิ์

จิตวิญญาณแห่งความศักดิ์สิทธิ์ โปรดส่งไฟของคุณมาสู่จินตนาการของฉัน
เผาผลาญความใคร่และความเย่อหยิ่งออกไป ชำระล้างความรักใคร่ของฉันออก
จนกระทั่งฉันต้องการแต่พระองค์เท่านั้น
ขอให้เปลวไฟของคุณ ทำให้ ฉันจ้องไปที่พระเยซู
โปรดประทานแสงสว่างอันบริสุทธิ์แก่ข้าพเจ้า เพื่อความมืดจะไม่อาจเกาะติดข้าพเจ้าได้

การประกาศชัยชนะ

ร่างกายของฉันคือวิหารของพระวิญญาณบริสุทธิ์
ฉันถูกแยกไว้เพื่อใช้สำหรับอาจารย์
ความบริสุทธิ์และพลังเดินไปด้วยกันในตัวฉัน

ผนึก

โดยพระโลหิตของพระเยซูและไฟแห่งการชำระให้บริสุทธิ์
ข้าพเจ้าจึงได้รับการทรงรักษาให้บริสุทธิ์และปราศจากมลทิน อาเมน

วันขอบคุณพระเจ้า

ขอบพระคุณพระเจ้าที่ทรงทำให้ใจของฉันเป็นที่อยู่ของพระองค์

จุดไฟที่ 16 — ไฟแห่งความแข็งแกร่ง ทำลายจิตวิญญาณแห่งความเหนื่อยล้า

มีเขียนไว้ว่า:

*"บรรดาผู้ที่รอคอยพระเจ้าจะได้รับกำลังใหม่" — อิสยา ห์ **40:31***

*"ความชื่นชมยินดีในพระยาห์เวห์เป็นกำลังของคุณ" — เนหะมี ย์ **8:10***

การสารภาพบาปและการกลับใจ

พ่อโปรดยกโทษให้ข้าพเจ้าที่บ่นพึมพำและท้อแท้
ฉันสารภาพว่าฉันได้อาศัยกำลังของฉันเอง
โปรดชำระล้างฉัน และให้ลมหายใจอันสดชื่นแก่จิตวิญญาณของฉัน

การอธิษฐาน

โอ้ ไฟแห่งความเข้มแข็ง โปรดตกลงมาบนตัวข้าบัดนี้
เผาผลาญความเหนื่อยล้าและความสิ้นหวังออกไป
โปรดประทานพลังศักดิ์สิทธิ์ให้ข้าพเจ้าได้วิ่งอย่างไม่เหน็ดเหนื่อย เดินอย่างไม่เป็นลม

การประกาศ

ฉันเข้มแข็งในองค์พระผู้เป็นเจ้าและในฤทธิ์อำนาจของพระองค์
ความยินดีของเขาทำให้ฉันสดชื่นขึ้นทุกวัน

ผนึก

โดยพระโลหิตของพระเมษโปดกและพระวจนะแห่งพระสัญญาของพระองค์ ข้าพเจ้าได้รับการผนึกไว้ด้วยพลังเหนือธรรมชาติ อาเมน

วันขอบคุณพระเจ้า

ขอบพระคุณพระเจ้าที่ทรงยกศีรษะของฉันขึ้นและประทานกำลังให้ฉัน

จุดไฟที่ 17 — ไฟแห่งความสามัคคี

รักษาความสัมพันธ์ของฉัน

มีเขียนไว้ว่า:

" ถ้าเป็นไปได้ จงอยู่ร่วมกับคนทั้งปวงอย่างสันติตามกำลังที่มีอยู่ในตัวท่าน" — โรม 12:18

" พยายาม รักษาความเป็นน้ำหนึ่งใจเดียวกันของพระวิญญาณโดยผูกมัดด้วยสันติสุข" — เอเฟซัส 4: 3

การสารภาพบาปและการกลับใจ

พระเจ้าข้า ข้าพเจ้ายอมรับว่าความเย่อหยิ่ง ความอิจฉาริษยา
หรือคำพูดรุนแรงได้ทำร้ายผู้อื่น
โปรดอภัยให้ข้าพเจ้า และสอนให้ข้าพเจ้ารู้จักความอ่อนน้อมถ่อมตนของพระคริสต์

การอธิษฐาน

โอ้ไฟแห่งความรัก โปรดละลายกำแพงระหว่างฉันกับคนที่ทำให้ฉันเจ็บปวด
ให้การให้อภัยไหลไปทั้งสองทาง
ขอให้ทุกครอบครัวและมิตรภาพที่แตกแยกเพราะความขัดแย้งได้รับการฟื้นฟูด้วยเปลวไฟแห่งสันติของพระองค์

การประกาศ

ฉันเป็นผู้สร้างสันติและเป็นผู้สร้างความปรองดอง
ที่ฉันเดินมีความรักของพระเจ้าครองอยู่

ผนึก

ด้วยพระโลหิตและไฟ
ข้าพเจ้าขอผนึกความสัมพันธ์ของข้าพเจ้าไว้ด้วยความเมตตาและความเข้าใจ สาธุ

วันขอบคุณพระเจ้า

ขอบพระคุณพระเจ้าที่ทรงรักษาใจและทรงผูกพันเราเข้าด้วยกันด้วยความรักของพระองค์

จุดไฟ 18 — ไฟแห่งความยินดี
ฟื้นฟูการนมัสการและความยินดีของฉัน

มีเขียนไว้ ว่า :

บริบูรณ์ " — สดุดี 16:11

"จงชื่นชมยินดีในองค์พระผู้เป็นเจ้า เสมอ และ ข้าพเจ้าขอย้ำ อีกครั้ง ว่า จงชื่นชมยินดีเถิด" — ฟีลิปปี 4: 4

การสารภาพบาปและการกลับใจ

ข้าแต่พระบิดา โปรดยกโทษให้ข้าพเจ้าที่เย็นชาในการนมัสการ และจิตใจที่บ่นพึมพำ ข้าพเจ้าสำนึกผิดที่รับใช้พระองค์โดยไม่มีความสุข

การอธิษฐาน

พระวิญญาณของพระเจ้าผู้ทรงชีวิต โปรดจุดไฟแห่งการสรรเสริญในตัวฉันอีกครั้ง
ขอให้เถ้าถ่านแห่งความท้อแท้หลีกทางให้กับบทเพลงแห่งชัยชนะ
โปรดเติมปากของฉันด้วยความขอบคุณ โปรดเติมมือของฉันด้วยการบูชา

การประกาศ

ข้าพเจ้าจะสรรเสริญพระเจ้าทุกเวลา คำสรรเสริญพระองค์จะอยู่ในปากข้าพเจ้าเสมอ ความสุขของฉันนั้นเต็มเปี่ยมและจับต้องไม่ได้

ผนึก

ด้วยพระโลหิตของพระเมษโปดกและน้ำมันแห่งความยินดี
คำสรรเสริญของข้าพเจ้าจึงถูกผนึกไว้ชั่วนิรันดร์ อาเมน

วันขอบคุณพระเจ้า

ขอบพระคุณพระเจ้าที่ประทานเสื้อผ้าแห่งการสรรเสริญให้แก่ฉันเพื่อเยียวยาจิตใจที่หนักอึ้ง

จุดไฟที่ 19 — ไฟแห่งความกล้าหาญ ทำลายพลังแห่งความกลัวและการข่มขู่

มีเขียนไว้ว่า:

“เพราะว่าพระเจ้ามิได้ประทานใจที่ขลาดกลัวแก่เรา แต่ประทานใจที่มีฤทธิ์อำนาจ ความรัก และการรู้จักประมาณตนแก่เรา” — 2 ทิโมธี 1: 7

“จงเข้มแข็งและกล้าหาญเถิด อย่ากลัวเลย” — โยชูวา 1 : 9

การสารภาพบาปและการกลับใจ

ข้าแต่พระเจ้า ข้าพระองค์สารภาพว่าความกลัวได้จำกัดการเชื่อฟังของข้าพระองค์
และทำให้การเป็นพยานของข้าพระองค์เงียบลง
โปรดอภัยที่ข้าพเจ้าสงสัยถึงการมีอยู่ของพระองค์

การอธิษฐาน

โอ้ไฟแห่งความกล้าหาญ จงตกลงมาบนตัวฉัน
ปล่อยวางความขี้ขลาดและปลุกศรัทธาอันกล้าหาญ
ขอให้สิงโตแห่งยูดาห์คำรามอยู่ในตัวข้าพเจ้า ต่อต้านภัยคุกคามจากความมืดทุกประการ

การประกาศ
ฉันเป็นคนไม่หวั่นไหว มั่นคง และเปี่ยมด้วยศรัทธา
พระเจ้าทรงอยู่กับฉัน ดังนั้น ฉันจะไม่หวั่นไหว

ผนึก

โดยพระโลหิต พระวจนะ และไฟ ใจของข้าพเจ้าถูกผนึกไว้ด้วยความกล้าหาญอันศักดิ์สิทธิ์ อาเมน

วันขอบคุณพระเจ้า

ขอบพระคุณพระเจ้าที่ทรงเปลี่ยนความกลัวของฉันให้กลายเป็นศรัทธาที่ไร้ความกลัว

จุดไฟที่ 20 — ไฟแห่งการดูแลล้อมรอบบ้านและคนที่ฉันรัก

มีเขียนไว้ว่า:

"เพราะว่าเราจะเป็นกำแพงไฟล้อมรอบนาง" พระเจ้าตรัส — เศคาริยาห์ 2: 5

"ทูตสวรรค์ของพระเยโฮวาห์ ทรงตั้ง ค่ายล้อมบรรดาผู้ที่ยำเกรงพระองค์ และ ทรงช่วยพวกเขาให้รอด" — สดุดี 34: 7

การสารภาพบาปและการกลับใจ

พ่อโปรดยกโทษให้หากฉันละเลยการอธิษฐานเพื่อครอบครัวของฉัน
ชำระประตูและกำแพงของเราด้วยพระโลหิตของพระเยซู

การอธิษฐาน

ข้าแต่พระเจ้าจอมโยธา โปรดทรงล้อมรอบบ้านของข้าพเจ้าด้วยไฟแห่งชีวิตของพระองค์
ขอให้ทุกทางเข้าถูกปกคลุมด้วยโลหิต
ขอให้ความสงบสุขครอบครองอยู่ภายในกำแพงของเรา
และความชอบธรรมอยู่ในหัวใจของเรา
ขับไล่อิทธิพลของความรุนแรง ความแตกแยก และความสิ้นหวังออกไปให้ไกล

การประกาศ

บ้านของฉันเป็นของพระเจ้า
เหล่าทูตสวรรค์เฝ้าดู ความสงบสุขดำรงอยู่ ความรุ่งโรจน์คงอยู่
ผนึก

โดยพระโลหิต พระวจนะ และไฟ
ข้าพเจ้าผนึกที่อยู่อาศัยของข้าพเจ้าไว้ภายใต้การคุ้มครองของพระเจ้า อาเมน

วันขอบคุณพระเจ้า

ขอบพระคุณพระเจ้าที่ทรงทำให้ที่พำนักของข้าพเจ้าเป็นสถานที่ศักดิ์สิทธิ์สำหรับการประทับอยู่ของพระองค์

จุดไฟที่ 21 —
ไฟแห่งการฟื้นฟูเหนือสายเลือดครอบครัวขอ
งฉัน

มีเขียนไว้ว่า:

" และเราจะคืนปีให้แก่เจ้าตามที่ตั๊กแตนกินไป " — โยเอล 2:25

"พงศ์พันธุ์ของคนชอบธรรมจะได้รับการปลดปล่อย" — สุภาษิต 11:21

การสารภาพบาปและการกลับใจ

ข้าแต่พระเจ้า ข้าพระองค์ยอมรับว่าครอบครัวของข้าพระองค์ได้หลงผิด ผิดคำสาบาน
และก่อความแตกแยก
โปรดยกโทษให้เรา รักษาสายเลือดของเราด้วยพระโลหิตของพระเยซู

จุดเน้นการอธิษฐาน

จุดเน้นของรัฐมนตรี: นำผู้ศรัทธาในการอวยพรแก่คนแต่ละรุ่นตามชื่อ
พ่อ ขอทรงส่งไฟแห่งการฟื้นฟูของพระองค์มาผ่านสายเลือดของพวกเรา
ขอให้ของขวัญ ศักดิ์ศรี และพรที่ฝังไว้ในรุ่นก่อนๆ เกิดขึ้นใหม่ในความชอบธรรมอีกครั้ง

การประกาศ

ครอบครัวของฉันคือต้นไม้ที่ถูกปลูกขึ้นใหม่โดยสายน้ำแห่งชีวิต
รากของเราดื่มน้ำจากพระคุณของพระเจ้า และผลของเราจะหล่อเลี้ยงประชาชาติต่างๆ

ผนึก

โดยพระโลหิตและด้วยไฟศักดิ์สิทธิ์
เรื่องราวครอบครัวของเราถูกเขียนขึ้นใหม่ในพระคริสต์ อาเมน

วันขอบคุณพระเจ้า

ขอบพระคุณพระเจ้าที่ทรงเปลี่ยนคำสาปให้เป็นพรและเชื่อมโยงคนหลายชั่วอายุคนเข้ากับพันธสัญญาของพระองค์

จุดไฟที่ 22 —
ไฟแห่งการรักษาทั้งกายและใจ

มีเขียนไว้ว่า:

"เราคือพระยาห์เวห์ผู้ รักษา เจ้า" — อพยพ 15 : 26

"พระองค์ทรงส่งพระวจนะของพระองค์มาและทรงรักษาพวกเขา" สดุดี 107: 20

การสารภาพบาปและการกลับใจ

พระบิดา
โปรดยกโทษให้ข้าพระองค์ที่ไม่เชื่อและละเลยร่างกายที่พระองค์ประทานให้แก่ข้าพระองค์
โปรดชำระล้างความขมขื่นที่ทำให้กระดูกอ่อนแอให้ข้าพเจ้าด้วยเถิด

จุดเน้นการอธิษฐาน

สิ่งที่รัฐมนตรีเน้น: เชิญชวนให้สวดอธิษฐานเพื่อความสมบูรณ์—
การวางมือหรือการเจิมน้ำมันหากเหมาะสม
พระเยซูเจ้า ขอพระเจ้าทรงให้ความดีงามอันรักษาของพระองค์ไหลเวียนผ่านทุกระบบ
อวัยวะ และอารมณ์
ขอให้ไฟศักดิ์สิทธิ์ ฆ่าเชื้อ ทุกต้นตอของความเจ็บป่วยและความเจ็บปวด

การประกาศ

ด้วยบาดแผลของพระองค์ ข้าพเจ้าจึงได้รับการรักษา จิตวิญญาณของข้าพเจ้าก็เจริญรุ่งเรือง
ชีวิตไหลผ่านตัวฉันเหมือนไฟที่ไหลผ่านทองคำ

ผนึก

พระโลหิตของพระเยซูและพระวจนะแห่งพระสัญญา
ทรงผนึกสุขภาพและสันติสุขของข้าพเจ้า สาธุ

วันขอบคุณพระเจ้า

ขอบพระคุณพระเจ้าที่ทำให้ฉันสมบูรณ์ทั้งวิญญาณ จิตใจ และร่างกาย

จุดไฟที่ 23 —
ไฟแห่งการปลดปล่อยจากรากฐานแห่งความชั่วร้าย

มีเขียนไว้ว่า:

"ถ้ารากฐานถูกทำลายลง คนชอบธรรมจะทำอะไรได้?" — สดุดี 11: 3

"ผู้ใดจะวางรากฐานอื่นไม่ได้ นอกจากรากฐานที่วางไว้แล้ว คือพระเยซูคริสต์" — 1 โครินธ์ 3:11

การสารภาพบาปและการกลับใจ

ข้าแต่พระเจ้า ข้าพระองค์สารภาพว่าชีวิตข้าพระองค์ถูกสร้างขึ้นบนความกลัว ความภาคภูมิใจ และประเพณี
โปรดอภัยให้ฉันเถิด ขอทรงเป็นรากฐานเดียวที่อยู่ใต้ฉัน

จุดเน้นการอธิษฐาน

จุดเน้นของศิษยาภิบาล: นำผู้เชื่อให้ละทิ้งรูปแบบเก่าๆ และอุทิศบ้าน งาน และตัวตนของพวกเขาให้กับพระคริสต์

ข้าแต่พระเจ้า ขอให้เสาที่บกพร่องทุกต้นพังทลายลง
วางรากฐานแห่งความจริงและความรักของคุณไว้ลึกในตัวฉัน

การประกาศ

ชีวิตของฉันวางอยู่บนพระคริสต์ผู้ทรงเป็นศิลาที่มั่นคง พายุอาจเข้ามา แต่ฉันจะไม่ล้มลง

ผนึก

ด้วยพระโลหิตและไฟของพระเยซู รากฐานของข้าพเจ้าจะมั่นคงไม่สั่นคลอน อาเมน

วันขอบคุณพระเจ้า

ขอบพระคุณพระเจ้าที่ทรงสร้างฉันขึ้นใหม่บนศิลาที่ไม่มีวันเคลื่อนไหว

จุดไฟที่ 24 —
ไฟแห่งชัยชนะเหนือการกดขี่และความอยุติธรรม

มีเขียนไว้ว่า:

"อาวุธใดที่สร้างขึ้นเพื่อต่อต้านเจ้าจะไม่ประสบผลสำเร็จ" — อิสยาห์ 54:17

"พระเจ้าทรงเป็นที่ลี้ภัยแก่ผู้ถูกกดขี่" — สดุดี 9: 9

การสารภาพบาปและการกลับใจ

ข้าแต่พระเจ้า ข้าพระองค์ขออภัยแก่ผู้ที่ทำผิดต่อข้าพระองค์
โปรดชำระล้างฉันจากการแก้แค้นและสอนฉันให้ไว้วางใจในความยุติธรรมของพระองค์

จุดเน้นการอธิษฐาน

หลักคำสอนของรัฐมนตรี: ให้คำแนะนำในการสารภาพความผิด สวดมนต์สดุดีบทที่ 35 หรือ 91 ออกเสียงดังๆ
พระเจ้าแห่งความยุติธรรม ขอทรงลุกขึ้นในเปลวไฟของคุณและขจัดการกดขี่
ขอให้ความชอบธรรมและความสงบสุขจูบกันภายในเรื่องราวของฉัน

การประกาศ

ฉันเป็นยิ่งกว่าผู้พิชิต ความจริงและความเมตตาปกป้องเส้นทางของฉัน

ผนึก

พระโลหิตและไฟของพระคริสต์ทรงทำเครื่องหมายฉันไว้ว่า
ฉันได้รับชัยชนะในทุกการทดลอง สาธุ

วันขอบคุณพระเจ้า

ขอบพระคุณพระเจ้าที่ทรงต่อสู้เพื่อฉันและทรงสวมมงกุฎแห่ง เกียรติยศ ให้ ฉัน

จุดไฟที่ 25 —
ไฟแห่งการสังเกตและวิสัยทัศน์ทางวิญญาณ

มีเขียนไว้ว่า:

"ขอทรงเปิดตาข้าพระองค์
เพื่อข้าพระองค์จะได้เห็นสิ่งมหัศจรรย์จากธรรมบัญญัติของพระองค์" — สดุดี 119:18

" ถ้าตาของท่านดี กายของท่านทั้งกายก็จะสว่าง" — มัทธิว 6:22

การสารภาพบาปและการกลับใจ

ข้าแต่พระเจ้า
โปรดยกโทษให้จิตใจที่หม่นหมองและความวุ่นวายใจของข้าพเจ้าเนื่องด้วยโลกียะ
โปรดทรงชำระล้างสายตาของข้าพเจ้าด้วยโลหิต
ขอให้ข้าพเจ้าได้เห็นอย่างที่พระองค์ทรงเห็น

จุดเน้นการอธิษฐาน

จุดเน้นของศิษยาภิบาล: อธิษฐานขอให้ประสาทสัมผัสทางจิตวิญญาณของผู้ศรัทธา—
การมองเห็น การได้ยิน การรับรู้—ได้รับการฝึกฝนให้เฉียบคมยิ่งขึ้น
พระวิญญาณแห่งความจริง โปรดจุดตะเกียงภายในตัวฉัน
ปล่อยให้ภาพนิมิตอันเท็จจางหายไป และการเปิดเผยความจริงส่องสว่าง

การประกาศ

ดวงตาของฉันมองเห็นความรุ่งโรจน์ของพระเจ้า
ฉันเดินในความสว่าง ฉันมองเห็นหนทางแห่งสันติ

ผนึก

ด้วยพระโลหิตของพระเยซูและไฟแห่งความสว่าง
สายตาภายในของข้าพเจ้าได้รับการชำระให้บริสุทธิ์ อาเมน

วันขอบคุณพระเจ้า

ขอบพระคุณพระเจ้าที่เปิดตาฉันให้มองเห็นความมหัศจรรย์ของพระองค์

จุดไฟที่ 26 — ไฟแห่งความมั่นคงในฤดูกาลแห่งการเปลี่ยนแปลง

มีเขียนไว้ว่า:

"พระเยซูคริสต์ทรงเป็นเหมือนเดิมเมื่อวานนี้ และ วันนี้ และ ตลอดไป" — ฮีบรู 13: 8

"บรรดาผู้วางใจในพระเยโฮวาห์จะเหมือนภูเขาศิโยนซึ่งไม่อาจโยกย้ายได้" — สดุดี 125: 1

การสารภาพบาปและการกลับใจ

พระเจ้าโปรดยกโทษให้ข้าพเจ้าที่วิตกกังวลในช่วงเปลี่ยนผ่านนี้
ข้าพระองค์เคยสงสัยในความมั่นคงของพระองค์ โปรดทรงฟื้นฟูศรัทธาของข้าพระองค์ด้วย

จุดเน้นการอธิษฐาน

พระบิดา โปรดทรงยึดฉันไว้กับพระวจนะของพระองค์เมื่อทุกสิ่งทุกอย่างเปลี่ยนแปลง
ขอให้ไฟของคุณหล่อหลอมความอดทนและความยืดหยุ่นภายในตัวฉัน

การประกาศ

ฉันมั่นคงเพราะพระเจ้าของฉันไม่เคยเปลี่ยนแปลง
ลมอาจพัด แต่พระคุณจะฝังรากลึกในตัวฉัน

ผนึก

โดยพระโลหิต พระวจนะ และไฟแห่งความคงอยู่ ใจของฉันมุ่งมั่นอยู่ที่พระเจ้า 🔥💧

อาเมน

วันขอบคุณพระเจ้า

ขอบพระคุณพระเจ้าที่ทรงเป็นหลักพึ่งที่มั่นคงไม่เปลี่ยนแปลงในโลกที่เปลี่ยนแปลงไป

จุดไฟที่ 27 —
ไฟแห่งปัญญาเพื่อการตัดสินใจและกลยุทธ์

มีเขียนไว้ว่า:

"ถ้าใครในพวกท่านขาดสติปัญญา ก็ให้คนนั้นทูลขอจากพระเจ้า" — ยากอบ 1: 5

"หูของเจ้าจะได้ยินวาจาเบื้องหลังเจ้าว่า นี่ คือทาง จงเดินตามทางนี้" — อิสยา ห์ 30:21

การสารภาพบาปและการกลับใจ

ข้าแต่พระเจ้า โปรดยกโทษให้กับความเร่งรีบและความเอาแต่ใจของข้าพเจ้า
โปรดสอนฉันให้คอยฟังคำแนะนำของพระองค์

จุดเน้นการอธิษฐาน

จุดเน้นของรัฐมนตรี: ส่งเสริมความเงียบและการฟังต่อพระเจ้า
จิตวิญญาณแห่งปัญญา จุดไฟแห่งจิตใจของฉัน
โปรดทรงนำก้าวเดินของข้าพระองค์ด้วยความชัดเจน
ขอให้ความสับสนสลายไปต่อหน้าพระสุรเสียงของพระองค์

การประกาศ

ฉันมีจิตใจของพระคริสต์ ฉันตัดสินใจตามคำแนะนำของพระองค์

ผนึก

ด้วยพระโลหิตของพระเยซูและไฟแห่งการเปิดเผย
เส้นทางของข้าพเจ้าจึงถูกจัดวางด้วยปัญญา อาเมน

วันขอบคุณพระเจ้า

ขอบพระคุณพระเจ้าที่ทรงนำข้าพเจ้าไปในหนทางอันนิรันดร์

จุดไฟที่ 28 —
ไฟแห่งการรับใช้อันศักดิ์สิทธิ์และความถ่อมต
น

มีเขียนไว้ว่า:

"ผู้ใดปรารถนาจะเป็นใหญ่ในพวกท่าน ผู้นั้นจะต้องเป็นผู้รับใช้ของพวกท่าน" — มัทธิว 20 : 27

"พระองค์ทรงถ่อมพระองค์ลง และทรงยอมเชื่อฟังจนถึงความตาย" — ฟีลิปปี 2: 8

การสารภาพบาปและการกลับใจ

ข้าแต่พระเจ้า โปรดยกโทษให้แก่ความเย่อหยิ่งและความปรารถนาที่จะได้รับเสียงปรบมือ
โปรดชำระฉันด้วยความอ่อนน้อมถ่อมตนและฟื้นคืนความชื่นชมยินดีในการรับใช้

จุดเน้นการอธิษฐาน

พระเยซูเจ้า โปรดเผาผลาญความทะเยอทะยานที่เห็นแก่ตัวเสียเถิด
ขอให้ไฟแห่งความรักของคุณ ทำให้ ฉันเป็นผู้รับใช้ที่แท้จริงของทุกคน
โปรดใช้มือ คำพูด และเวลาของฉันเป็นเครื่องมือแห่งพระคุณ

การประกาศ

ฉันรับใช้ด้วยความยินดี ฉันนำโดยความรัก
ความยิ่งใหญ่ของพระคริสต์ถูกเปิดเผยผ่านฉัน

ผนึก

ด้วยพระโลหิตและไฟแห่งความถ่อมตน ข้าพเจ้าได้รับการผนึกเป็นผู้รับใช้ที่ซื่อสัตย์ อาเมน

วันขอบคุณพระเจ้า

ขอบพระคุณพระเจ้าที่ทรงนับว่าฉันคู่ควรที่จะรับใช้ในบ้านของพระองค์

จุดไฟที่ 29 —

ไฟแห่งการวิงวอนและความเมตตาต่อวิญญา
ณ

มีเขียนไว้ว่า:

"ดังนั้น จงอธิษฐานต่อเจ้าของการเก็บเกี่ยว เพื่อพระองค์จะทรงส่ง คนงานมาเก็บเกี่ยวพืชผลของพระองค์" — มัทธิว 9 : 38

"คำอธิษฐานอันแรงกล้าของผู้ชอบธรรมนั้น มีผล มาก" — ยาก อบ 5:16

การสารภาพบาปและการกลับใจ

ข้าแต่พระเจ้า โปรดยกโทษให้ข้าพระองค์ที่ไม่สนใจต่อผู้ที่หลงหาย
ทำให้ใจฉันสลายเพราะสิ่งที่ทำลายหัวใจคุณ

จุดเน้นการอธิษฐาน

จุดเน้นของรัฐมนตรี: เป็นผู้นำในการวิงวอนเพื่อประเทศชาติ ผู้นำและผู้ที่ยังไม่ได้รับความรอด
จิตวิญญาณแห่งพระคุณและการวิงวอน จุดไฟในดวงวิญญาณของฉัน
ขอให้คำอธิษฐานของฉันกลายเป็นช่องทางแห่งความเมตตาไปทั่วโลก

การประกาศ

ฉันยืนอยู่ในช่องว่าง คำอธิษฐานของฉันคือธูปหอมต่อพระเจ้า

ผนึก

ด้วยพระโลหิตของพระเยซูและไฟแห่งความเมตตา การวิงวอนของข้าพเจ้าจึงคงอยู่ อาเมน

วันขอบคุณพระเจ้า

ขอบพระคุณพระเจ้าที่ทรงแบ่งปันภาระของพระองค์สำหรับโลกกับฉัน

จุดไฟที่ 30 —
ไฟแห่งความรุ่งโรจน์และการปรากฏตัวอย่างต่อเนื่อง

มีเขียนไว้ว่า:

"แต่พวกเราทุกคนต่างก็มองเห็นพระสิริของพระเจ้ เด้วยต เที่เปิดก ว้างเหมือนมองในกระจก และพวกเขาก็เปลี่ยนแปลงไป" — 2 โคริน ธ์ 3:18

"คนชอบธรรมจะถวายคำขอบพระคุณแด่พระนามของพระองค์
คนเที่ยงธรรมจะอาศัยอยู่ต่อพระพักตร์พระองค์" — สดุดี 140: 13

การสารภาพบาปและการกลับใจ

ข้าแต่พระเจ้า โปรดยกโทษให้ข้าพระองค์ที่ปฏิบัติต่อพระองค์อย่างไม่ใส่ใจ
โปรดชำระล้างฉันจากความฟุ้งซ่านและความเย่อหยิ่งในตนเอง

จุดเน้นการอธิษฐาน

จุดเน้นของรัฐมนตรี:
นำการนมัสการจนกระทั่งความตระหนักรู้ถึงการมีอยู่ของพระเจ้าเต็มห้อง
พระบิดา ขอพระสิริของพระองค์จงลุกโชนดุจไฟภายในตัวฉันและรอบๆ ตัวฉัน
บริโภคสิ่งไร้สาระ เปิดเผยความงดงามของพระเยซูในชีวิตของฉัน

การประกาศ

ความรุ่งโรจน์ของพระเจ้าปกคลุมฉัน พระองค์ทรงสถิตอยู่ในบรรยากาศของฉัน

ผนึก

โดยพระโลหิต พระวจนะ และไฟแห่งพระสิริของพระองค์
ข้าพระองค์จึงซ่อนตัวอยู่ในที่ประทับของพระองค์ตลอดไป อาเมน

วันขอบคุณพระเจ้า

ขอบพระคุณพระเจ้าที่ทรงสถิตอยู่กับฉันและทำให้ฉันเป็นผู้แบกแสงสว่างของพระองค์

จุดไฟที่ 31 —
ไฟแห่งการถวายและมือที่สะอาด

มีเขียนไว้ว่า:

"ใครจะขึ้นไปบนภูเขาของพระเจ้า? หรือใครจะยืนอยู่ในสถานบริสุทธิ์ของพระองค์? ผู้ที่มีมือสะอาดและใจบริสุทธิ์" — สดุดี 24: 3-4
"จงถวายร่างกายของท่านเป็นเครื่องบูชาที่มีชีวิต บริสุทธิ์ และเป็นที่พอพระทัยพระเจ้า" — โรม 12: 1

การสารภาพบาปและการกลับใจ :

ข้าแต่พระเจ้า ข้าพระองค์สำนึกผิดต่อการประนีประนอมและความประมาท
โปรดชำระล้างเจตนาและการกระทำของข้าพระองค์ด้วยพระโลหิตของพระองค์

จุดเน้นคำอธิษฐาน: ไฟแห่งการอุทิศตน ชำระล้างแรงจูงใจของข้าพเจ้า
ขอให้ทุกสิ่งที่ข้าพเจ้าทำเกิดจากความรักและความจริง จุดเน้นของนักเทศน์:
เป็นผู้นำในการอุทิศชีวิตและการรับใช้อีกครั้ง

การประกาศ

มือของฉันศักดิ์สิทธิ์ การงานของฉันเป็นการถวายเกียรติแด่พระราชา

ซีลและวันขอบคุณพระเจ้า:

โดยพระโลหิตและด้วยไฟศักดิ์สิทธิ์ ข้าพเจ้าได้รับการแยกไว้แด่พระเจ้า สาธุ

จุดไฟที่ 32 —
ไฟแห่งการเชื่อฟังและการจัดแนว

มีเขียนไว้ว่า:

"การเชื่อฟังดีกว่าการถวายเครื่องบูชา" — 1 ซามูเอ ล 15:22
"ถ้าท่านทั้งหลายรักเรา จงประพฤติตามบัญญัติของเรา" — ยอห์ น 14:15

การสารภาพบาปและการกลับใจ:

ข้าแต่พระเจ้า โปรดยกโทษให้ในบางครั้งที่ข้าพเจ้าได้ยินแต่ไม่เชื่อฟัง

จุดเน้นคำอธิษฐาน: พระวิญญาณแห่งความยำเกรงพระเจ้า
โปรดสลักความเชื่อฟังไว้ในใจข้า
โปรดทำให้พระประสงค์ของข้าสอดคล้องกับพระประสงค์ของสวรรค์

คำประกาศ:

ข้าพระองค์ชอบที่จะทำตามพระประสงค์ของพระองค์ โอ้พระเจ้า
ธรรมบัญญัติของพระองค์อยู่ในใจของข้าพระองค์

ซีลและวันขอบคุณพระเจ้า :

โดยพระโลหิตและพระวจนะแห่งพันธสัญญา
ข้าพเจ้าดำเนินชีวิตด้วยความยินดีในการเชื่อฟัง อาเมน

จุดไฟที่ 33 —
ไฟแห่งศรัทธาและความไว้วางใจอันมั่นคง

มีเขียนไว้ว่า:

"คนชอบธรรมจะดำรงชีวิตโดยความเชื่อของเขา" — ฮาบากุก 2: 4
"นี่แหละเป็นชัยชนะที่ ชนะ โลก คือความเชื่อของเรา" — 1 ยอห์น 5: 4

การสารภาพบาปและการกลับใจ:

ข้าแต่พระเจ้า โปรดยกโทษให้ข้าพเจ้าที่สงสัยและไม่เชื่อ

จุดมุ่งหมายในการอธิษฐาน: พระวิญญาณบริสุทธิ์
โปรดจุดประกายศรัทธาของข้าพระองค์อีกครั้ง
ขอให้ความกลัวทุกอย่างละลายหายไปต่อหน้าพระสัญญาของพระองค์
จุดเน้นของรัฐมนตรี: พูดพระคัมภีร์เกี่ยวกับความศรัทธาออกเสียงดังๆ;
ส่งเสริมการประกาศความไว้วางใจ

คำประกาศ : ข้าพเจ้าเชื่อพระเจ้า เหตุฉะนั้น ข้าพเจ้าจึงเห็นพระสิริของพระองค์

ซีลและวันขอบคุณพระเจ้า: ไฟแห่งศรัทธาส่องสว่างอยู่ภายในฉันตลอดไป สาธุ

จุดไฟที่ 34 —
ไฟแห่งความยินดีและการสรรเสริญในความทุกข์ยาก

มีเขียนไว้ว่า:

"จงชื่นชมยินดีในองค์พระผู้เป็นเจ้า เสมอ " — ฟีลิปปี 4: 4
"ความชื่นชมยินดีในพระยาห์เวห์เป็นกำลังของคุณ" — เนหะมีย์ 8:10

การสารภาพบาปและการกลับใจ:

ข้าแต่พระเจ้า โปรดยกโทษให้ข้าพเจ้าที่บ่นพึมพำ และโปรดสอนให้ข้าพเจ้ารู้จักขอบคุณ

จุดเน้นการอธิษฐาน: ข้าแต่พระเจ้า
ขอให้คำสรรเสริญลุกโชนเหมือนไฟท่ามกลางการทดลอง
เปลี่ยนความเศร้าโศกให้เป็นบทเพลง

คำประกาศ:

ข้าพเจ้ามีความชื่นชมยินดีในศรัทธา คำสรรเสริญของข้าพเจ้าทำลายโซ่ตรวนได้

ซีลและวันขอบคุณพระเจ้า:

ด้วยพระโลหิตและน้ำมันแห่งความยินดี ความยินดีของข้าพเจ้าจึงเต็มเปี่ยม อาเมน

จุดไฟที่ 35 —
ไฟแห่งความเมตตาและการให้อภัย

มีเขียนไว้ว่า:

"ผู้แสดงความเมตตาเป็นสุข เพราะเขาจะได้รับความเมตตา" — มัทธิว 5 : 7
"จงมีน้ำใจต่อกัน...จงยกโทษให้กัน
เหมือนอย่างที่พระเจ้าทรงยกโทษให้ท่านเพราะเห็นแก่พระคริสต์" — เอเฟซัส 4:32

การสารภาพบาปและการกลับใจ:
ข้าแต่พระเจ้า โปรดยกโทษให้จิตใจที่แข็งกระด้างของข้าพระองค์
โปรดสอนให้ข้าพระองค์แสดงความเมตตา

จุดเน้นคำอธิษฐาน: พระบิดา
โปรดประทานความเมตตาแก่ฉันจนกระทั่งฉันกลายเป็นเครื่องมือในการรักษาผู้อื่น

คำประกาศ :
ฉันเดินอยู่ในความเมตตา ความผิดไม่สามารถเข้ามาอยู่ในตัวฉันได้

ซีลและวันขอบคุณพระเจ้า:
โดยพระโลหิตแห่ง ความเมตตา ฉันเป็นอิสระที่จะอภัยและได้รับการอภัย สาธุ

จุดไฟที่ 36 —
ไฟแห่งการอธิษฐานและการเฝ้าระวัง

มีเขียนไว้ว่า:

"จงเฝ้าระวังและอธิษฐานเพื่อท่านจะไม่ตกอยู่ในความทดลอง" — มัทธิว 26 : 41
"ผู้ชายควรอธิษฐานอยู่เสมอ และไม่ควรท้อถอย" — ลูกา 18: 1

การสารภาพบาปและการกลับใจ:
ข้าแต่พระเจ้า โปรดยกโทษให้กับการขาดการอธิษฐานและความวุ่นวาย

จุดเน้นการอธิษฐาน: พระวิญญาณแห่งพระคุณและการวิงวอน
โปรดปลุกนาฬิกาของข้าพระองค์ โปรดทำให้ข้าพระองค์ตื่นตัวใน พระวิญญาณทั้งกลางวันและกลางคืน

คำประกาศ:
แท่นบูชาของฉันยังคงลุกไหม้อยู่เสมอ ฉันเป็นเหมือนยามเฝ้ากำแพง

ซีลและวันขอบคุณพระเจ้า:
ด้วยพระโลหิตและไฟแห่งความเพียรพยายาม
ชีวิตการอธิษฐานของข้าพเจ้าจะไม่มีวันสูญสิ้น สาธุ

จุดไฟที่ 37 — ไฟแห่งสันติภาพในพายุ

มีเขียนไว้ว่า:

"พระองค์จะทรงรักษาผู้ที่จิตใจมั่นคงในพระองค์ไว้ในสันติสุขอย่างสมบูรณ์" — อิสยาห์ 26: 3
" สันติสุข ของเราเราให้ไว้แก่ท่านทั้งหลาย สันติสุขของเราเราให้แก่ท่านทั้งหลาย" — ยอห์น 14 : 27

การสารภาพบาปและการกลับใจ:
ข้าแต่พระเจ้า โปรดยกโทษให้แก่ความตื่นตระหนกและความกังวล
ฉันหันสายตากลับไปมองคุณอีกครั้ง

จุดเน้นการอธิษฐาน: เจ้าชายแห่งสันติภาพ โปรดเป่าลมใส่พายุที่อยู่รอบตัวฉัน
โปรดตรัสว่า "จงสงบเถิด"

คำประกาศ:
ลมเชื่อฟังพระเจ้าของฉัน ฉันพักผ่อนในความสงบของพระองค์

ซีลและวันขอบคุณพระเจ้า:
ด้วยพระโลหิตแห่งการคืนดี สันติภาพจึงบังเกิดทั้งภายในและภายนอก สาธุ

จุดไฟ 38 —

ไฟแห่งอิทธิพลและผลกระทบแห่งอาณาจักร

มีเขียนไว้ว่า:

"ท่านทั้งหลายเป็นแสงสว่างของโลก… ท่านทั้งหลายเป็นเกลือของแผ่นดินโลก" — มัทธิว 5 : 13–14

"แผ่นดินโลกจะเต็มไปด้วยความรู้ถึงพระสิริของพระเจ้า" — ฮาบา กุก 2:14

การสารภาพบาปและการกลับใจ:

ข้าแต่พระเจ้า โปรดยกโทษที่ปิดบังแสงสว่าง
โปรดยกโทษที่ประนีประนอมกันเพื่อเป็นพยาน

จุดเน้นคำอธิษฐาน: พระวิญญาณบริสุทธิ์ โปรดจุดไฟแห่งอิทธิพลของฉัน
ขอให้ความซื่อสัตย์และความรักเปลี่ยนแปลงขอบเขตของฉัน

คำประกาศ:

ฉันเป็นแสงสว่างในความมืด เกลือที่มี รสชาติ ทูตของพระราชา

ซีลและวันขอบคุณพระเจ้า:

ด้วยพระโลหิตและไฟแห่งพันธกิจ ชีวิตของฉันจึงเปล่งประกายด้วยอิทธิพลของอาณาจักร
อาเมน

จุดไฟที่ 39 —
ไฟแห่งความอดทนและพระคุณอันสิ้นสุด

มีเขียนไว้ว่า:

"ผู้ใด อดทน จนถึงที่สุด ผู้นั้นจะรอด" — มัทธิว 24 : 13
"ข้าพเจ้าได้ต่อสู้จนสุดกำลังแล้ว และได้วิ่งสุดกำลังแล้ว" — 2 ทิโมธี 4: 7

การสารภาพบาปและการกลับใจ:
ข้าแต่พระเจ้า โปรดยกโทษให้แก่จิตใจที่ท้อถอย
และโปรดฟื้นความเพียรอดทนในตัวข้าพระองค์

จุดเน้นในการอธิษฐาน: โปรดเสริมกำลังมือของฉัน เสริมความมุ่งมั่นของฉัน
ให้ไฟแห่งความอดทนชำระล้างฉันจนกว่าฉันจะเสร็จสิ้นได้ดี

คำประกาศ:
ฉันก้าวเดินต่อไปตามเป้าหมาย ไม่มีสิ่งใดจะทำให้ฉันหันกลับได้

ซีลและวันขอบคุณพระเจ้า:
ด้วยพระโลหิตแห่งพันธสัญญาและไฟแห่งความอดทน ข้าพเจ้าจะจบชีวิตด้วยความยินดี
อาเมน

จุดไฟ 40 —
ไฟแห่งพระสิรินิรันดร์และการนมัสการ

มีเขียนไว้ว่า:

พระเกียรติ และพระสิริแด่พระมหากษัตริย์ผู้ทรงเป็นนิตย์ นิรันด ร์ ผู้ทรงเป็นอมตะ ผู้ทรงไม่ประจักษ์แก่ตา ผู้ทรงเป็นพระเจ้าผู้ทรงปรีชาญาณแต่ผู้เดียว ตลอดไป " — 1 ทิโม ธี 1:17
จนถึง ความตาย" — วิวรณ์ 12:11

การสารภาพบาปและการกลับใจ:

ข้าแต่พระเจ้า โปรดยกโทษให้กับความเย่อหยิ่งและความยกย่องตนเองทั้งหลาย
เกียรติยศทั้งหมดเป็นของพระองค์

จุดเน้นการอธิษฐาน: ขอให้ชีวิตของฉันกลายเป็นการนมัสการอย่างต่อเนื่อง
ขอให้พระสิริของพระองค์ถูกเปิดเผยในตัวฉันและผ่านฉันตลอดไป

คำประกาศ:

อาณาจักร อำนาจ และความรุ่งโรจน์เป็นของพระองค์
ฉันมีชีวิตอยู่เพื่อบูชาพระองค์ชั่วนิรันดร์

ซีลและวันขอบคุณพระเจ้า:

โดยพระโลหิตของพระเมษโปดกและไฟแห่งการนมัสการนิรันดร์
ข้าพเจ้าจึงผูกพันกับพระที่นั่งแห่งพระคุณ อาเมน

แผนการดำเนินชีวิตตามพระวจนะ

กรอบการต่ออายุและการไตร่ตรองพระคัมภีร์ประจำวัน

"อย่าให้หนังสือธรรมบัญญัตินี้ห่างเหินไปจากปากของเจ้า
แต่เจ้าจงใคร่ครวญอยู่ในนั้นทั้งกลางวันและกลางคืน
เพื่อเจ้าจะได้ระวังที่จะกระทำตามทุกสิ่งที่เขียนไว้ในนั้น แล้วเจ้าจะมีความเจริญรุ่งเรือง
และเมื่อนั้นเจ้าจะประสบความสำเร็จ" — โยชูวา 1: 8

การปลดปล่อยนั้นดำรงอยู่ได้ด้วยวินัย และวินัยนั้นดำรงอยู่ได้ด้วยพระวจนะ
พระเยซูองค์เดียวกันที่ขับไล่ปีศาจในลูกาบทที่ 9 ทรงเอาชนะปีศาจในลูกาบทที่ 4
ด้วยพระวจนะที่เขียนไว้ว่า "มีคำเขียนไว้ว่า"
เพื่อคงความเป็นอิสระ คุณต้องเติมเต็มอยู่เสมอ
แผนนี้คือการสร้างนิสัยใหม่ให้กับตัวเองทุกวัน — หนึ่งบทจากพันธสัญญาเดิม
หนึ่งบทจากพันธสัญญาใหม่ — หล่อเลี้ยงทั้งพันธสัญญาและพระคุณ ปัญญาและฤทธิ์เดช

โครงสร้างการอ่านรายวัน

1. อ่านหนึ่งบทจากพันธสัญญาเดิม
เริ่มต้นด้วย Genesis และก้าวไปข้างหน้าตามจังหวะของคุณ
ดูว่าพระเจ้าทรงสร้าง ทรงเรียก ทรงไถ่ และทรงฟื้นฟูอย่างไร

2. อ่านหนึ่งบทจากพันธสัญญาใหม่
เริ่มต้นด้วยมัทธิวและเดินทางผ่านวิวรณ์
ดูว่าพระเยซูทรงทำตามธรรมบัญญัติและผู้เผยพระวจนะที่ประกาศไว้อย่างไร

3. ขอให้พระวิญญาณตรัสก่อนที่คุณจะอ่าน
กระซิบคำอธิษฐานนี้:

"พระวิญญาณบริสุทธิ์
โปรดเปิดตาข้าพเจ้าให้มองเห็นสิ่งอัศจรรย์จากพระวจนะของพระองค์" — สดุดี 119: 18

คำถามสะท้อนความคิด

หลังจากอ่านแล้วให้เขียนคำตอบสั้น ๆ ทุกวัน
คำถามเหล่านี้จะช่วยปรับปรุงการได้ยินของคุณและเปลี่ยนการอ่านให้เป็นการเปิดเผย

1.พระเจ้ากำลังบอกอะไร?

จดจำคำพูดโดยตรงจาก พระบิดา — คำสั่ง คำสัญญา หรือคำเตือน

2. พระเยซูกำลังบอกอะไร?

คำพูด การอัศจรรย์
หรือการกระทำของพระองค์เผยให้เห็นอะไรเกี่ยวกับพระทัยและอาณาจักรของพระองค์?

3. พระวิญญาณบริสุทธิ์กำลังตรัสว่าอย่างไร?

พระวิญญาณทรงตักเตือน ปลอบโยน หรือชี้นำฉันอย่างไรผ่านสิ่งที่ฉันอ่าน?

4. ผู้เผยพระวจนะ อัครสาวก หรือผู้เขียนพูดอะไรโดยคำสั่งสอนของพระวิญญาณ?

ระบุหลักการศักดิ์สิทธิ์ที่อยู่เบื้องหลังคำสอนหรือเรื่องราวของพวกเขา

5. ฉันกำลังเรียนรู้อะไร?

สรุปข้อคิดเห็น การแก้ไข หรือกำลังใจที่ได้รับในวันนี้

6. มีการสั่งหรือสอนให้ฉันทำอะไร?

จดบันทึกขั้นตอนการปฏิบัติตามที่ชัดเจน

7. ควรนำไปใช้ยังไง?

จงปฏิบัติจริง คุณจะเริ่ม หยุด หรือเปลี่ยนแปลงอะไรได้บ้างในวันนี้

8.ควรใช้เมื่อไร?

กำหนดระยะเวลาหรือการดำเนินการทันที (เช่น “วันนี้” “ก่อนนอน” “การประชุมครั้งต่อไป”)

9. หลังจากที่ผมลองแล้วผลลัพธ์เป็นอย่างไรบ้าง?

บันทึกผลลัพธ์หรือการเปลี่ยนแปลงภายในที่คุณสังเกตเห็นหลังจากการเชื่อฟัง

10.คำให้การคืออะไร?

จดบันทึกสิ่งที่คุณสามารถขอบคุณพระเจ้าและแบ่งปันกับผู้อื่น

11. วันนี้ฉันจะแบ่งปันสิ่งนี้กับใครได้บ้าง?

ความจริงแต่ละอย่างจะกลายเป็นเมล็ดพันธุ์เมื่อหว่านลงไป
มองหาใครสักคนที่จะให้กำลังใจคุณทุกวัน

เป้าหมาย

ในตอนท้ายของแต่ละสัปดาห์ ให้ทบทวนบันทึกและคำให้การของคุณ
ดูว่าการตอบสนองของคุณมีความลึกซึ้งมากขึ้น การได้ยินของคุณชัดเจนขึ้น
และศรัทธาของคุณมั่นคงมากขึ้น
ภายในหนึ่งปี
คุณจะได้อ่านพระคัมภีร์ทั้งเล่มและเขียนบันทึกส่วนตัวเกี่ยวกับการพบปะกับพระเจ้า
ซึ่งเป็นหลักฐานว่าพระวจนะของพระเจ้าทรงกระทำการ

จดจำ

เสรีภาพที่คงอยู่คือเสรีภาพที่ทวีคูณ
ทุกครั้งที่คุณเปิดพระคัมภีร์ คุณกำลังเปิดประตูให้พระเจ้าตรัสอีกครั้ง
งูไม่สามารถกัดได้ในบริเวณที่รั้วพระคัมภีร์แข็งแรง
ให้พระวจนะสถิตอยู่ในตัวคุณอย่างอุดมสมบูรณ์ โดยทำให้จิตใจของคุณสดชื่น
ชำระล้างแรงจูงใจของคุณ และเตรียมปากของคุณให้พร้อมที่จะพูดเสมอว่า
"มีคำเขียนไว้ว่า"

"พระวจนะของพระองค์เป็นโคมส่องเท้าของข้าพเจ้า
และเป็นความสว่างส่องทางของข้าพเจ้า" — สดุดี 119: 105

การดำเนินชีวิตตามพระคำ — ตัวอย่างการประยุกต์ใช้ -1

ปฐมกาล 3 และวิวรณ์ 3

(ตัวอย่างการศึกษารายวันโดยใช้คำถามสะท้อนความคิด)

1.พระเจ้ากำลังบอกอะไร?

ปฐมกาล 3:
พระเจ้าตรัสว่าการไม่เชื่อฟังเปิดประตูสู่การหลอกลวงและความตาย
พระองค์ทรงแสดงพระองค์เป็นพระบิดาผู้ร้องเรียกแม้หลังจากความล้มเหลวว่า "อาดัม เจ้าอยู่ที่ไหน" (ข้อ 9)
การพิพากษามาถึงแล้ว แต่ความเมตตาก็พูดออกมา—คำสัญญาแห่งการไถ่บาปผ่านทาง "พงศ์พันธุ์ของสตรี"

วิวรณ์ 3:
พระเจ้าตรัสว่าพระองค์ทรงทราบการงานของคริสตจักรของพระองค์
พระองค์ทรงเตือนผู้ที่ไม่สนใจว่าความเฉยเมยเป็นสิ่งอันตรายพอๆ กับการกบฏ
แต่กลับเปิดประตูให้กับผู้ที่ยังคงซื่อสัตย์
เขาจึงยืนเคาะประตูและยังคงปรารถนาที่จะมีความเป็นมิตร

2. พระเยซูกำลังบอกอะไร?

ในปฐมกาล 3 พระเยซูคือพงศ์พันธุ์ตามคำสัญญาที่จะบดขยี้หัวของงู—
พระวจนะแห่งความหวังที่ซ่อนเร้นของพระเจ้าท่ามกลางคำสาปแช่ง

ในวิวรณ์ 3 พระเยซูตรัสตรงๆ ว่า “ดูเถิด เรายืนเคาะอยู่ที่ประตู”
พระองค์ทรงเรียกผู้เชื่อให้มีความสนิทสนมกันมากขึ้น โดยทรงสัญญาว่า “ผู้ใดมี ชัยชนะ เราจะให้นั่งกับเราบนบัลลังก์ของเรา”

พระองค์ตรัสว่า “จงกลับคืนสู่รักแรก เปิดประตูอีกครั้ง”

3. พระวิญญาณบริสุทธิ์กำลังตรัสว่าอย่างไร?

พระวิญญาณเตือนฉันว่าบาปเริ่มต้นจากการแนะนำก่อนที่จะกลายเป็นการกบฏ
เขาเตือนฉันให้ระวังการสนทนา ความคิด
และความปรารถนาที่ตั้งคำถามถึงความดีของพระเจ้า
พระองค์ยังทรงกระซิบอีกว่า “จงรักษาไฟของคุณให้ลุกโชน อย่าให้ร้อนจนเกินไป”

4. ผู้เผยพระวจนะ อัครสาวก หรือผู้เขียนพูดอะไรโดยคำสั่งสอนของพระวิญญาณ?

โมเสสบันทึกการตกต่ำครั้งแรกของมนุษยชาติเพื่อแสดงให้เห็นต้นกำเนิดของความแตกสลายทุกประการและความจำเป็นต้องมีพระผู้ไถ่
ยอห์นเขียนหนังสือวิวรณ์ 3
เพื่อเปิดเผยความพึงพอใจทางจิตวิญญาณและเรียกร้องให้คริสตจักรกลับใจ
ทั้งสองต่างเทศนาความจริงข้อหนึ่ง: พระเจ้ายังคงปรารถนาการมีมิตรภาพ
บาปและการพึ่งพาตนเองทำลายมัน

5. ฉันกำลังเรียนรู้อะไร?

การเชื่อฟังทำให้ฉันอยู่ในสวนเอเดน
ส่วนความอยากรู้อยากเห็นที่ไม่มีขอบเขตทำให้ฉันออกไป
เสียงของพระเจ้ายังคงแสวงหาฉันเมื่อฉันซ่อนตัว
พระเยซู ทรงให้คุณค่าความสัมพันธ์มากกว่าพิธีกรรม พระองค์ทรงเคาะประตู
ไม่ใช่บังคับให้เข้า

ความศรัทธาที่ไม่กระตือรือร้นเป็นสิ่งที่ขัดพระทัยพระเจ้า
เพราะเป็นการบิดเบือนความปรารถนาของพระองค์

6. มีการสั่งหรือสอนให้ฉันทำอะไร?

ฟังก่อนกระทำ ตั้งคำถามกับผู้ล่อลวง ไม่ใช่กับความจริง

เมื่อความเชื่อมั่นมาถึง จงกลับใจโดยเร็ว

โปรดเปิดประตูใจของฉันไว้เพื่อรับศีลมหาสนิททุกวัน

จงคงไว้ซึ่งความกระตือรือร้น รักษาอุณหภูมิฝ่ายจิตวิญญาณด้วยการอธิษฐาน การบูชา และการเชื่อฟัง

7. ควรนำไปใช้ยังไง?

เริ่มต้นแต่ละเช้าด้วยการถามว่า "พระเจ้า ฉันอยู่ที่ไหน"
เพื่อเชิญชวนพระองค์ให้ค้นหาฉันทางจิตวิญญาณ

จบแต่ละวันด้วยการเปิดใจของฉันใหม่อีกครั้ง: "ขอเชิญเข้ามาเถิด พระเยซูเจ้า"

ปฏิเสธเนื้อหาที่ปลุกความสงสัย ตัณหา หรือความภาคภูมิใจ
ซึ่งเป็นประตูเดียวกับที่หลอกลวงอีฟ

แทนที่การเลื่อนหน้าจอแบบไม่ได้ใช้งานด้วยการอ่านพระคัมภีร์
แทนที่การบ่นด้วยความกตัญญู

8.ควรใช้เมื่อไร?

ทันที—วันนี้.
งูล่อลวงทุกวัน พระผู้ช่วยให้รอดเคาะประตูทุกวัน ฉันต้องตอบสนองทุกวันเช่นกัน

9. หลังจากที่ผมลองแล้วผลลัพธ์เป็นอย่างไรบ้าง?

ความสงบกลับคืนสู่ความคิดของฉัน

ความล่อลวงสูญเสียเสียงไป เพราะฉันตอบว่า "มีเขียนไว้แล้ว"
การมีมิตรภาพก็ง่ายขึ้น การอธิษฐานก็เบาสบายขึ้น และการนอนหลับก็ลึกขึ้น
พระวจนะเดียวกันที่กล่าวโทษก็ยังทรงปลอบโยนด้วย

10.คำให้การคืออะไร?

เมื่อฉันเชื่อฟังอย่างรวดเร็ว ฉันก็รู้สึกว่าสวนเอเดนเปิดออกอีกครั้งภายใน
ที่ซึ่งครั้งหนึ่งความอับอายเป็นเพียงเสียงกระซิบ แต่บัดนี้พระคุณกลับดังขึ้น
พระเจ้าทรงอยู่ห่างไกลไม่ได้อีกต่อไป แต่ทรงเดินไปกับฉันในความเย็นของวัน
ฉันได้เรียนรู้แล้วว่าดาบเพลิงที่ประตูเอเดนไม่ได้มีไว้เพื่อกั้นฉันออกไป
แต่เพื่อป้องกันไม่ให้บาปกลับเข้ามาอีก

11. วันนี้ฉันจะแบ่งปันสิ่งนี้กับใครได้บ้าง?

เพื่อนที่รู้สึกไม่คู่ควรกับพระเจ้าหลังจากล้มลงอีกครั้ง
ฉันจะบอกพวกเขาว่า: “เขายังคงเดินอยู่ในสวนและเรียกชื่อคุณ”
และสำหรับอีกคนที่เหนื่อยล้าในศรัทธา ฉันจะแบ่งปันวิวรณ์ 3:20—เขายังคงเคาะอยู่

สรุปข้อมูลเชิงลึก

จากปฐมกาล 3 ถึงวิวรณ์ 3 เรื่องราวก็เหมือนกัน:
พระเจ้าคอยแสวงหามิตรภาพ มนุษย์คอยปิดประตู แต่ความเมตตาก็มาเคาะประตูอยู่เรื่อยๆ
การปลดปล่อยเริ่มต้นเมื่อฉันเปิดประตูอีกครั้งอย่างเต็มที่ ทุกวัน ด้วยความยินดี

“ดูเถิด เราได้เปิดประตูไว้ต่อหน้าเจ้าแล้ว และไม่มีใครปิดมันได้” — วิวรณ์ 3: 8

การดำเนินชีวิตตามพระคำ — ตัวอย่างการประยุกต์ใช้ 2

ปฐมกาล 6 และ ลูกา 4

(ตัวอย่างการศึกษารายวันโดยใช้คำถามสะท้อนความคิด)

1.พระเจ้ากำลังบอกอะไร?

ปฐมกาล 6:
พระเจ้าตรัสว่าความชั่วร้ายที่ไม่ได้รับการควบคุมจะทำให้พระทัยของพระองค์เศร้าโศก
พระองค์ทรงเห็นความเสื่อมทรามของมนุษยชาติ
และทรงประกาศว่าพระวิญญาณของพระองค์จะไม่ต่อสู้กับเนื้อหนังตลอดไป
แม้แต่ในการพิพากษา พระองค์ก็ยังทรงระลึกถึงความเมตตา
พระองค์ทรงเลือกโนอาห์ให้เป็นหนึ่งในผู้ที่ได้รับพระคุณ

ลูกา 4:
พระเจ้าตรัสว่าชัยชนะเหนือการล่อลวงเกิดขึ้นได้จากการเชื่อฟังพระวจนะของพระองค์
พระเยซูทรงเปี่ยมด้วยพระวิญญาณบริสุทธิ์ เผชิญหน้ากับปีศาจและมีชัยชนะโดยพระคัมภีร์
พระเจ้าทรงยืนยันว่าพระวจนะของพระองค์เป็นอาวุธและ การป้องกัน ที่ เพียงพอ

2. พระเยซูกำลังบอกอะไร?

ในปฐมกาล 6 พระเยซูคือเรือแห่งความรอดที่จะมาถึง
ซึ่งแสดงให้เห็นล่วงหน้าผ่านการเชื่อฟังของโนอาห์
ในลูกา 4 พระเยซูตรัสโดยตรงกับศัตรูว่า “มีคำเขียนไว้ว่า”
พระองค์ทรงสอนว่าผู้เชื่อทุกคนสามารถยืนหยัดมั่นคงได้โดยการรู้จัก เชื่อ
และประกาศพระวจนะของพระเจ้า

3. พระวิญญาณบริสุทธิ์กำลังตรัสว่าอย่างไร?

เขาเตือนว่า: "จงปกป้องสิ่งแวดล้อมและจินตนาการของคุณ"
การทุจริตเริ่มต้นขึ้นเมื่อมนุษย์นำเอาสิ่งที่พอใจดวงตาของตนไปใช้
แทนที่จะนำสิ่งที่พอใจพระเจ้าไป
พระองค์ทรงกระตุ้นให้มีการฟื้นฟูอย่างต่อเนื่องผ่านพระคัมภีร์และการอธิษฐาน
โดยเตือนใจว่าการล่อลวงมักจะโจมตีอัตลักษณ์ก่อนเสมอ — "
ถ้าท่านเป็นพระบุตรของพระเจ้า..."

4. ผู้เผยพระวจนะ อัครสาวก หรือผู้เขียนพูดอะไรโดยคำสั่งสอนของพระวิญญาณ?

โมเสสเปิดเผยว่า เมื่อยอมรับบาปแล้ว บาปจะแพร่กระจายจากรุ่นสู่รุ่น
การเชื่อฟังเมื่อเลือกแล้ว จะรักษาสายเลือดเอาไว้
ลูกาบันทึกไว้ว่าแม้แต่พระบุตรของพระเจ้าก็เผชิญกับการล่อลวง
แสดงให้ผู้เชื่อว่าความศักดิ์สิทธิ์ได้รับการพิสูจน์ด้วยการเชื่อฟังที่ได้รับการทดสอบ
ไม่ใช่การแยกตัว

5. ฉันกำลังเรียนรู้อะไร?

ความศักดิ์สิทธิ์ปกป้อง การประนีประนอมเชื้อเชิญการทำลายล้าง

พระคุณสามารถช่วยรักษาคนๆ หนึ่งไว้ได้ในโลกที่เต็มไปด้วยความเสื่อมทราม

พระคัมภีร์ที่กล่าวด้วยศรัทธาทำให้คำโกหกของศัตรูเงียบลง

ความล่อใจจะพ่ายแพ้ด้วยความจริงที่บรรจุไว้ล่วงหน้า
ไม่ใช่ความตื่นตระหนกในนาทีสุดท้าย

6. มีการสั่งหรือสอนให้ฉันทำอะไร?

สร้าง เรือ แห่งการเชื่อฟัง—วินัยประจำวันที่ปกป้องจิตวิญญาณของฉัน

เก็บพระคำไว้ก่อนเกิดพายุ

ต่อต้านทุกข้อเสนอแนะที่ตั้งคำถามถึงความดีหรือเวลาของพระเจ้า

ดำเนินชีวิตเพื่อเอาใจพระวิญญาณ ไม่ใช่เพื่อเอาใจฝูงชน

7. ควรนำไปใช้ยังไง?

แบ่งเวลาสวดมนต์ตอนเช้าและตอนเย็นเป็น "เวลาขึ้นเรือ" ของฉัน

ท่องจำข้อพระคัมภีร์หนึ่งข้อทุกครั้งที่ฉันเผชิญการล่อลวง

ปิดประตูดิจิทัลและอารมณ์ที่ท่วมท้นจิตใจของฉันด้วยความไม่บริสุทธิ์

เลือกความชอบธรรมแม้ว่ามันจะทำให้ฉันต้องยืนคนเดียวเหมือนโนอาห์ก็ตาม

8.ควรใช้เมื่อไร?

ตอนนี้.
น้ำท่วมไม่ได้รอให้โนอาห์วางแผนเสร็จ แต่เขาต้องเริ่มก่อสร้างทันที
สิ่งล่อใจไม่เคยกำหนดเวลาการนัดหมาย แต่เกิดขึ้นเมื่อเราไม่มีการเตรียมตัว

9. หลังจากที่ผมลองแล้วผลลัพธ์เป็นอย่างไรบ้าง?

ความสงบเข้ามาแทนที่ความกลัว
พระคัมภีร์มีชีวิตขึ้นมาในช่วงเวลาที่กดดัน
แทนที่จะโต้ตอบ ฉันกลับตอบว่า "มีเขียนไว้แล้ว"
จิตวิญญาณของฉันแข็งแกร่งกว่าแรงกระตุ้นของฉัน

10.คำให้การคืออะไร?

การเชื่อฟังสร้างเรือของฉันก่อนที่ฝนจะเริ่มตก
ฉันเรียนรู้ว่าการเชื่อเพียงข้อเดียวจะแข็งแกร่งกว่าความกลัวนับพัน
เช่นเดียวกับโนอาห์ ฉันได้ค้นพบว่าพระคุณยังคงอยู่กับผู้ที่เดินกับพระเจ้า
เช่นเดียวกับพระเยซู ฉันได้พิสูจน์แล้วว่าพระวจนะยังคงชนะในถิ่นทุรกันดาร

11. วันนี้ฉันจะแบ่งปันสิ่งนี้กับใครได้บ้าง?

ผู้ศรัทธารุ่นเยาว์ที่เผชิญกับแรงกดดันทางวัฒนธรรม
ฉันจะบอกพวกเขาว่า "จงสร้างแต่เนิ่นๆ อย่ารอให้น้ำท่วม จงประกาศพระวจนะก่อนพายุ"

สรุปข้อมูลเชิงลึก

ปฐมกาล 6 เตือนถึงการทุจริตที่นำไปสู่ความยุติธรรม
ลูกา 4 เปิดเผยการรักษา—พระเยซู พระวจนะที่มีชีวิต
ทรงเอาชนะการล่อลวงทุกอย่างด้วยความจริงที่เขียนไว้
ในขณะที่โนอาห์สร้าง เรือ ด้วยไม้ พระเยซูทรงสร้าง เรือ ด้วยถ้อยคำ
ทั้งคู่ยังคงประหยัดจนถึงทุกวันนี้

"หญ้า เหี่ยวเฉา ดอกไม้ ร่วงโรย แต่พระวจนะของพระเจ้าของเราจะคงอยู่ ตลอดไป "
— อิสยาห์ 40: 8

การดำเนินชีวิตในพระคำ —
ตัวอย่างการประยุกต์ใช้ 3

อพยพ 14 และกิจการ 16

(ตัวอย่างการศึกษารายวันโดยใช้คำถามสะท้อนความคิด)

1.พระเจ้ากำลังบอกอะไร?

อพยพ 14:
พระเจ้าตรัสว่า "จงยืนนิ่งและดูความรอดของเรา"
เมื่อประชากรของพระองค์มาถึงทะเลที่เป็นไปไม่ได้
พระองค์ทรงพิสูจน์ว่าความเป็นไปไม่ได้นั้นเป็นเวทีแห่งความรุ่งโรจน์ของพระองค์
พระองค์ทรงบัญชาให้เคลื่อนไหวด้วยศรัทธา ว่า " จงก้าวไปข้างหน้า"
น้ำจะแยกออกก็ต่อเมื่อมีการเชื่อฟังเข้ามา

กิจการ 16:
พระเจ้าตรัสว่า "จงสรรเสริญเราในเวลาเที่ยงคืน"
เปาโลกับซีลาสถูกตีและล่ามโซ่ แต่พวกเขากลับอธิษฐานและร้องเพลงจนฟ้าสะเทือนโลก
ประตูเปิดไม่ใช่ด้วยความพยายามแต่ด้วยการบูชา
พระเจ้ายังทรงสถิตอยู่ในคำสรรเสริญของประชากรของพระองค์

2. พระเยซูกำลังบอกอะไร?

ในอพยพ 14
พระองค์ทรงเป็นกัปตันที่ไม่มีใครมองเห็นซึ่งยืนอยู่ระหว่างอิสราเอลกับศัตรู—
ทรงเป็นเสาเมฆและเสาไฟ
ในกิจการ 16 พระองค์ทรงเป็นพระผู้ช่วยให้รอดผู้ทรงเปลี่ยนคุกให้กลายเป็นแท่นเทศน์
พระเยซูตรัสว่า "อย่ากลัวเลย เมื่อเจ้ายกเราขึ้น โซ่ตรวนก็จะหลุด"

3. พระวิญญาณบริสุทธิ์กำลังตรัสว่าอย่างไร?

พระวิญญาณกระซิบว่า "การเชื่อฟังเปิดทะเล การบูชาทำลายโซ่ตรวน"

เขาขอร้องให้ฉันหยุดวิเคราะห์แล้วเริ่มก้าวหน้า
เขาสอนว่าศรัทธาและการสรรเสริญคือภาษาแห่งชัยชนะ

4. ผู้เผยพระวจนะ อัครสาวก หรือผู้เขียนพูดอะไรโดยคำสั่งสอนของพระวิญญาณ?

โมเสสบันทึกปาฏิหาริย์ทะเลแดงเพื่อเปิดเผยถึงความเชี่ยวชาญของพระเจ้าเหนือธรรมชาติและประเทศชาติ
ลูกาเขียนกิจการ 16 เพื่อแสดงให้เห็นว่าข่าวประเสริฐไม่สามารถถูกจำคุกได้
ทั้งสองประกาศว่าสถานการณ์อาจเกิดขึ้นรอบตัวผู้เชื่อ แต่พระเจ้าทรงสถิตอยู่ภายใน

5. ฉันกำลังเรียนรู้อะไร?

ความตื่นตระหนกทำให้ปาฏิหาริย์ล่าช้า แต่การเชื่อฟังทำให้ปาฏิหาริย์นั้นหลุดลอยไป

พระเจ้าต่อสู้เพื่อผู้ที่ยืนหยัดด้วยความไว้วางใจ

การสรรเสริญด้วยความเจ็บปวดทำให้ศัตรูสับสนมากกว่าการตะโกนใส่เขา

อุปสรรคทุกอย่างซ่อนโอกาสในการเป็นพยาน

6. มีการสั่งหรือสอนให้ฉันทำอะไร?

ก้าวเดินต่อไปแม้จะมองไม่เห็นทาง

ข้อร้องเรียนการค้าเพื่อการบูชา

ไว้วางใจเวลาของพระเจ้า—พระองค์ทรงแยกทะเลในเวลาเที่ยงคืนได้ง่ายพอๆกับตอนรุ่งสาง

ส่งเสริมให้ผู้อื่นร้องเพลงในขณะที่ยังถูกจองจำอยู่

7. ควรนำไปใช้ยังไง?

เมื่อความกลัวเกิดขึ้น ให้หยุดอธิบายและเริ่มประกาศคำสัญญาของพระเจ้า

เริ่มต้นแต่ละเช้าด้วยการร้องเพลงสรรเสริญแทนความกังวล

ในช่วงวิกฤต ให้หยุดสักครู่เพื่อถามว่า “พระเจ้ากำลังขอให้ฉันทำอะไรต่อไป”

เก็บรายการความกตัญญูไว้เป็น "สมุดเพลง" ส่วนตัวของฉัน

8.ควรใช้เมื่อไร?

ทันที—ศรัทธาที่ล่าช้าคือศรัทธาที่ลดน้อยลง
ทุกช่วงเวลาในทะเลแดงและทุกช่วงเที่ยงคืนต้องการความไว้วางใจทันที

9. หลังจากที่ผมลองแล้วผลลัพธ์เป็นอย่างไรบ้าง?

ความสงบเข้ามาแทนที่ความตื่นตระหนก
ฉันเริ่มมองเห็นเส้นทางของพระเจ้า ซึ่งแต่ก่อนฉันเห็นเพียงแรงกดดันเท่านั้น
การสรรเสริญด้วยน้ำตาทำให้เกิดทางออกที่ไม่คาดคิด กำแพงที่ฉันคิดว่าถาวรเริ่มเคลื่อนตัว

10.คำให้การคืออะไร?

การเชื่อฟังเปิดประตูที่ไม่มีกุญแจใดสามารถไขได้
เมื่อฉันบูชาในความอ่อนแอ ฉันได้พบกับพระเจ้าผู้ทรงความแข็งแกร่ง
ฉันเดินบนพื้นดินแห้งเช่นเดียวกับอิสราเอล
และฉันก็ร้องเพลงเพื่อหลุดพ้นจากการถูกจองจำเช่นเดียวกับเปาโล
คำพูดนั้นได้ผล

11. วันนี้ฉันจะแบ่งปันสิ่งนี้กับใครได้บ้าง?

ใครก็ตามที่ยืนอยู่หน้าทะเลที่เป็นไปไม่ได้หรือกำลังนั่งอยู่ในห้องขังอันเงียบงัน
ฉันจะบอกพวกเขาว่า “จงก้าวต่อไป จงร้องเพลงต่อไป
พระเจ้ายังคงแยกทะเลและเขย่าคุก”

สรุปข้อมูลเชิงลึก

อพยพ 14 แสดงให้เห็นว่าการเชื่อฟังนำมาซึ่งการปลดปล่อยจากภายนอก
กิจการ 16 แสดงให้เห็นว่าการนมัสการนำมาซึ่งการปลดปล่อยภายใน
พวกเขาร่วมกันพิสูจน์ว่าพระเจ้าผู้แบ่งน้ำยังคงทำลายโซ่ตรวนอยู่
อิสรภาพไม่ได้หมายถึงการไม่มีปัญหา
แต่หมายถึงการมีศรัทธาที่เต็มไปด้วยไฟอยู่ท่ามกลางปัญหา

"พระเจ้าจะทรงต่อสู้แทนพวกท่าน และพวกท่านจงนิ่งเงียบไว้" — อพยพ 14 : 14
" เวลาเที่ยงคืน เปาโลกับซีลาสก็อธิษฐานและร้องเพลงสรรเสริญพระเจ้า" — กิจการ 16:25

บทสรุป

"พระองค์ ทรงทำให้ ผู้รับใช้ของพระองค์เป็นเปลวเพลิง" — ฮีบรู ***1: 7***

การปลดปล่อยไม่ใช่จุดสิ้นสุดของการเดินทาง แต่เป็นประตูสู่โชคชะตา
คำประกาศสี่สิบข้อประจำวันนี้ไม่เคยตั้งใจให้จบลงเป็นกิจ วัตรประจำวัน
แต่ถูกออกแบบมาเพื่อจุดประกายวิถีชีวิต
คุณไม่ได้แค่สวดภาวนาผ่านหน้าหนังสือเท่านั้น
แต่คุณได้สร้างแท่นบูชาแห่งหัวใจของคุณขึ้นมาใหม่
คุณได้แลกเปลี่ยนความกลัวเพื่อศรัทธา ความอ่อนแอเพื่อความเคารพบูชา
และความสับสนเพื่อการมีส่วนร่วม

บัดนี้มาถึงการทดสอบแห่งชัยชนะที่แท้จริง: การบำรุงรักษาผ่านความใกล้ชิด
รักษาไฟของคุณให้ลุกโชนต่อไป
วินัยเดียวกันที่จุดไฟนี้จะทำให้เปลวไฟนี้คงอยู่ต่อไป
เลี้ยงดูด้วยพระวจนะทุกวัน ปกป้องด้วยการเชื่อฟัง เผยแพร่ด้วยความรักและการรับใช้

ศัตรูที่คุณเคยกลัว ตอนนี้กลับกลัวแสงสว่างที่คุณถืออยู่
คุณไม่ใช่เหยื่อของสงครามอีกต่อไป แต่คุณคือภาชนะของราชาแห่งนักรบ
พระวิญญาณเดียวกันที่ทำให้พระเยซูฟื้นจากความตายได้ทรงทำให้ร่างกายมรรตัยของคุณมีชีวิตชีวาขึ้น เติมเต็มจิตใจของคุณด้วยความสงบ
และท่วมท้นบ้านของคุณด้วยพระสิริของพระองค์

"เพราะว่าครั้งหนึ่งท่านเคยเป็นความมืด แต่บัดนี้ท่านเป็นความสว่างในองค์พระผู้เป็นเจ้า จงดำเนินชีวิตอย่างลูกแห่งความสว่าง" — เอเฟซัส 5: 8

อย่าหันหลังกลับ อย่าเปิดประตูที่พระคุณปิดลงอีกครั้ง
เฝ้ารั้ว ตัดแต่งและจุดตะเกียงให้สว่างอยู่เสมอ

เมื่อการทดลองมาถึง จงระลึกถึงพระเยซูในถิ่นทุรกันดาร
พระองค์ทรงตอบเสียงแห่งความมืดทุกเสียงด้วยคำว่า "มีคำเขียนไว้ว่า"
จงให้ดาบของคุณคมอยู่เสมอในปากของคุณ

ค่าคอมมิชชั่นของคุณ

1. ดำเนินอยู่ในพระคำ – พระคัมภีร์คือออกซิเจนของคุณ จงหายใจเข้ามันทุกวัน

2. อยู่ในความเป็นเพื่อน – การแยกตัวทำให้ไฟอ่อนลง ความสามัคคีทำให้ไฟทวีคูณ

3. อยู่ในความขอบคุณ – การขอบคุณช่วยให้ประตูสวรรค์เปิดอยู่เสมอ

4. อยู่ในภารกิจ – คุณไม่ได้ถูกมอบหมายมาเพื่อนั่ง แต่คุณถูกมอบหมายมาเพื่อให้บริการ

พระเจ้าผู้ทรงเริ่มงานการชำระล้างนี้จะทำให้สมบูรณ์
บัดนี้คุณเป็นแท่นบูชาที่มีชีวิต—เป็นที่ประทับของพระองค์ เป็นพยานของพระองค์
เป็นเปลวไฟของพระองค์

ยกเสียงของคุณและประกาศด้วยศรัทธา:

"พระเจ้า ข้าพระองค์เป็นของพระองค์ ทั้งร่างกาย จิตวิญญาณ และจิตวิญญาณ
ขออย่าให้ไฟของพระองค์ ดับ บนแท่นบูชาของฉัน
ขอทรงใช้ชีวิตของฉันเพื่อส่องสว่างแก่คนอื่น ๆ
จนกว่าประชาชาติทั้งหลายจะได้เห็นพระสิริของพระองค์"

อาเมน.

วิธีการเกิดใหม่และเริ่มต้นชีวิตใหม่กับพระคริสต์

บางทีคุณอาจเคยเดินร่วมกับพระเยซูมาก่อน หรือบางทีคุณอาจเพิ่งได้พบกับพระองค์ในช่วง 40 วันที่ผ่านมา แต่ตอนนี้ มีบางอย่างภายในตัวคุณกำลังสั่นไหว

คุณพร้อมสำหรับอะไรมากกว่าแค่ศาสนา
คุณพร้อมสำหรับ **ความสัมพันธ์** คุณ
พร้อมที่จะพูดว่า "พระเยซู ฉันต้องการพระองค์"

นี่คือความจริง:

"เพราะว่าทุกคนทำบาป เราทุกคนล้วนแต่ขาดมาตรฐานอันรุ่งโรจน์ของพระเจ้า...
แต่พระเจ้าโดยพระคุณของพระองค์
ทรงทำให้เราชอบธรรมในสายพระเนตรของพระองค์อย่างไม่หวงแหน"
— โรม 3:23–24 (NLT)

คุณไม่สามารถหาความรอดได้
คุณไม่สามารถแก้ไขตัวเองได้ แต่พระเยซูทรงจ่ายราคาเต็มไปแล้ว
และพระองค์กำลังรอต้อนรับคุณกลับบ้าน

วิธีการเกิดใหม่อีกครั้ง

การเกิดใหม่หมายถึงการยอมมอบชีวิตของคุณให้กับพระเยซู ยอมรับการอภัยของพระองค์
เชื่อว่าพระองค์ทรงสิ้นพระชนม์และทรงคืนพระชนม์
และรับพระองค์เป็นพระเจ้าและพระผู้ช่วยให้รอดของคุณ

มันเรียบง่าย มันทรงพลัง มันเปลี่ยนแปลงทุกสิ่งทุกอย่าง

อธิษฐานออกเสียงดังๆ:

"พระเยซูเจ้า ข้าพระองค์เชื่อว่า พระองค์ คือพระบุตรของพระเจ้า ข้าพระองค์เชื่อว่าพระองค์ทรงสิ้นพระชนม์เพื่อบาปของข้าพระองค์และทรงคืนพระชนม์ ข้าพระองค์สารภาพว่าข้าพระองค์ได้ทำบาปและข้าพระองค์ต้องการการอภัยโทษจากพระองค์ วันนี้ข้าพระองค์กลับใจและหันหลังให้กับวิถีทางเดิม ข้าพระองค์ขอเชิญพระองค์เข้ามาในชีวิตของข้าพระองค์เพื่อเป็นพระเจ้าและพระผู้ช่วยให้รอดของข้าพระองค์ โปรดชำระข้าพระองค์ให้สะอาด เติมเต็มข้าพระองค์ด้วยพระวิญญาณของพระองค์ ข้าพระองค์ประกาศว่าข้าพระองค์บังเกิดใหม่ ได้รับการอภัยโทษ และเป็นอิสระ ตั้งแต่วันนี้เป็นต้นไป ข้าพระองค์จะติดตามพระองค์ และจะดำเนินชีวิตตามรอยพระบาทของพระองค์ ขอบพระคุณที่ทรงช่วยข้าพระองค์ให้รอด ในพระนามพระเยซู อาเมน"

ขั้นตอนต่อไปหลังจากได้รับความรอด

1. **บอกใครสักคน** – แบ่งปันการตัดสินใจของคุณกับผู้ศรัทธาที่คุณไว้วางใจ
2. **ค้นหาคริสตจักรที่ยึดหลักพระคัมภีร์** – เข้าร่วมชุมชนที่สอนพระวจนะของพระเจ้าและดำเนินชีวิตตามพระวจนะนั้น เยี่ยมชม God's Eagle ministries ออนไลน์ได้ที่ https://www.otakada.org หรือ https://chat.whatsapp.com/H67spSun32DDTma8TLh0ov
3. **รับบัพติศมา** – ก้าวต่อไปในที่สาธารณะเพื่อประกาศความเชื่อของคุณ
4. **อ่านพระคัมภีร์ทุกวัน** – เริ่มต้นด้วยพระกิตติคุณของยอห์น
5. **อธิษฐานทุกวัน** – พูดคุยกับพระเจ้าในฐานะเพื่อนและพระบิดา
6. **เชื่อมต่ออยู่เสมอ** – ล้อมรอบตัวคุณด้วยผู้คนที่สนับสนุนการเดินครั้งใหม่ของคุณ
7. **เริ่มกระบวนการสร้างสาวกภายในชุมชน** – พัฒนาความสัมพันธ์แบบตัวต่อตัวกับพระเยซูคริสต์ผ่านลิงก์เหล่านี้

การเป็นสาวก 40 วัน 1 - https://www.otakada.org/get-free-40-days-online-discipleship-course-in-a-journey-with-jesus/

40 การเป็นสาวก 2 - https://www.otakada.org/get-free-40-days-dna-of-discipleship-journey-with-jesus-series-2/

ช่วงเวลาแห่งความรอดของฉัน

วันที่ : ______________________________

ลายเซ็น : __________________________

"ผู้ใดอยู่ในพระคริสต์ ผู้นั้นก็เป็นคนสร้างใหม่แล้ว สิ่งเก่าๆ ก็ล่วงไป สิ่งใหม่ก็เข้ามา!"
— 2 โครินธ์ 5:17

ใบรับรองชีวิตใหม่ในพระคริสต์

คำประกาศความรอด — เกิดใหม่โดยพระคุณ

นี่รับรองว่า

-

(ชื่อ-นามสกุล)

ได้ประกาศ **ความเชื่อในพระเยซูคริสต์ ต่อสาธารณชน**
ในฐานะพระเจ้าและพระผู้ช่วยให้รอด
และได้รับของขวัญแห่งความรอดโดยเสรีผ่านการตายและการฟื้นคืนพระชนม์ของพระองค์

"ถ้าท่านประกาศอย่างเปิดเผยว่าพระเยซูทรงเป็นพระเจ้า
และเชื่อในใจว่าพระเจ้าทรงให้พระองค์เป็นขึ้นจากความตาย ท่านก็จะรอด"
— โรม 10:9 (NLT)

ในวันนี้สวรรค์จะยินดีและเริ่มการเดินทางครั้งใหม่

วันที่ตัดสินใจ **:** ________________________

ลายเซ็น **:** ________________________________

คำประกาศความรอด

วันนี้ข้าพเจ้าขอมอบชีวิตแด่พระเยซูคริสต์
ข้าพเจ้าเชื่อว่าพระองค์ทรงสิ้นพระชนม์แทนบาปของข้าพเจ้าและทรงคืนพระชนม์
ข้าพเจ้ารับพระองค์เป็นพระเจ้าและพระผู้ช่วยให้รอดของข้าพเจ้า ข้าพเจ้าได้รับการอภัย
เกิดใหม่ และได้รับการสร้างใหม่ นับจากนี้เป็นต้นไป
ข้าพเจ้าจะดำเนินตามรอยพระบาทของพระองค์

ยินดีต้อนรับสู่ครอบครัวของพระเจ้า!

ชื่อของคุณถูกจารึกไว้ในหนังสือแห่งชีวิตของลูกแกะ
เรื่องราวของคุณเพิ่งเริ่มต้น และมันเป็นนิรันดร์

เชื่อมต่อกับ GOD'S EAGLE MINISTRIES

- เว็บไซต์: www.otakada.org
- ซีรีส์ Wealth Beyond Worry: www.wealthbeyondworryseries.com
- อีเมล: ambassador@otakada.org

- **สนับสนุนงานนี้:**

สนับสนุนโครงการอาณาจักร ภารกิจ และทรัพยากรโลกฟรีผ่านการให้ที่นำโดยพันธสัญญา

สแกน QR Code เพื่อบริจาค
https://tithe.ly/give?c=308311

ความเอื้อเฟื้อของคุณช่วยให้เราเข้าถึงจิตวิญญาณได้มากขึ้น แปลทรัพยากร สนับสนุนมิชชันนารี และสร้างระบบการสร้างสาวกทั่วโลก ขอบคุณ!

Give in the Spirit of Luke 6:38

3. เข้าร่วมชุมชน WhatsApp Covenant ของเรา

รับการอัพเดต เนื้อหาการอุทิศตน และเชื่อมต่อกับผู้เชื่อที่มีใจมุ่งมั่นในพันธสัญญาทั่วโลก

สแกนเพื่อเข้าร่วม
https://chat.whatsapp.com/H67spSun32DDTma8TLh0ov

เกี่ยวกับผู้เขียน

ซาคาเรี ยส ก็อดซีเกิล

ซาคา รีอัส ก็อดซีเกิล คือ
เสียงแห่งการพยากรณ์และครูผู้เปี่ยมด้วยความปรารถนาอันแรงกล้าที่จะนำพระวจนะของพระเจ้ามาสู่จิตใจของผู้เชื่อ
เขาเป็นที่รู้จักในด้านความเข้าใจอย่างลึกซึ้งเกี่ยวกับสงครามฝ่ายวิญญาณ การอธิษฐาน และการปลดปล่อย
เขาได้ประพันธ์หนังสืออุทิศตนและคู่มือพยากรณ์มากมายที่สร้างแรงบันดาลใจในการเปลี่ยนแปลงบุคคล ครอบครัว และประเทศชาติ
งานเขียนของเขาเน้นการนำพระคัมภีร์ไปประยุกต์ใช้ในทางปฏิบัติเพื่อชัยชนะและความก้าวหน้าในอาณาจักรของพระเจ้าในแต่ละวัน

คอมฟอร์ท ลาดี โอกเบ

คอมฟอร์ท ลาดี โอกเบ เป็นสตรีผู้สวดภาวนา วิงวอน และปฏิบัติศาสนกิจอย่างจริงจัง
เธออุทิศชีวิตให้กับการบำรุงเลี้ยงจิตวิญญาณ เลี้ยงดูผู้วิงวอน
และเตรียมสตรีและครอบครัวให้ดำเนินชีวิตอย่างครบถ้วนสมบูรณ์ ทั้งจิตวิญญาณ จิตวิญญาณ และร่างกาย
คำสอนและการดูแลด้านศาสนาของเธอสะท้อนให้เห็นถึงความเมตตากรุณา
ดึงดูดผู้คนเข้าสู่อ้อมกอดแห่งการเยียวยาของพระคริสต์
และเสริมพลังให้พวกเขาค้นพบโชคชะตาที่พระเจ้าประทานให้

เอกอัครราชทูต มันเดย์ โอ. โอกเบ

เอกอัครราชทูต มันเดย์ โอ. โอ กเบ เป็น นักยุทธศาสตร์ รัฐมนตรี และที่ปรึกษา
ด้านการเปลี่ยนแปลงระดับชาติ ผู้เชื่อมโยงศรัทธา ธรรมาภิบาล
และยุทธศาสตร์ความมั่นคง ท่านเป็นผู้ก่อตั้ง God's Eagle Ministries (GEM) และมีบทบาทสำคัญในการพัฒนาพิมพ์เขียวระดับชาติสำหรับภาวะผู้นำ

ความมั่นคง และการเปลี่ยนแปลง โดยใช้หลักการแห่งอาณาจักรของพระเจ้า งานเขียนและคำสอนของท่านกระตุ้นให้ผู้เชื่อลุกขึ้นมาเป็นนักปฏิรูป ฟื้นฟูประเทศชาติด้วยความเข้าใจ เทคโนโลยี และความร่วมมือ ขณะเดียวกันก็ยังคงยึดมั่นในคำอธิษฐานและสงครามฝ่ายวิญญาณ

สำนักพิมพ์

หนังสือเล่มนี้จัดพิมพ์ภายใต้สำนักพิมพ์ร่วมของ **Zacharias Godseagle** และ **God's Eagle Ministries (GEM)**
ซึ่งเป็นกระทรวงที่อุทิศตนเพื่อเตรียมเครื่องมือให้กับกายของพระคริสต์สำหรับการเป็นสาวก การปลดปล่อย และการเปลี่ยนแปลงในประเทศต่างๆ

หนังสือและแหล่งข้อมูลที่แนะนำ

ได้รับความรอดแต่สูญหาย – ผู้ กลับใจ ที่ไม่ได้รับคำ สอน – แปลเป็น **25** ภาษา

หนังสือปกอ่อน

https://shop.ingramspark.com/b/084?params=iYNB6S3PLMfREpm0jMM15bMe3BvWlkjcYyLYnHVGAds

อีบุ๊ก - https://www.amazon.com/SAVED-BUT-LOST-UNDISCIPLED-heartbreak-ebook/dp/B0FVJ29DF7

7 วันแห่งสงครามทางจิตวิญญาณและการฟื้นฟู - นี่คือส่วนที่ 1

การผูกมัดศัตรู การตอบโต้ลูกศรเจ็ดเท่า และการฟื้นคืนโชคชะตาของคุณ

https://shop.ingramspark.com/b/084?params=8mPzqUl73Ex7uPyeO7ydyt8EGkkB6u2gX1jZvWU8j1C

ลิงก์อีบุ๊ก - https://www.amazon.com/DAYS-SPIRITUAL-WARFARE-RECOVERY-Returning-ebook/dp/B0FMPJM5KZ

7 วันแห่งสงครามทางจิตวิญญาณและการฟื้นฟู - ตอนที่ 2 - การปิดผนึกชัยชนะ การทำลายความชั่วร้ายในครัวเรือน และการรักษาโชคชะตาที่ฟื้นคืนของคุณ

ปกอ่อน - https://shop.ingramspark.com/b/084?params=LkpNmGSsApHhWhiSO7bW3wFmcXQKIO4ZEBeSbP5rL1S

อีบุ๊ก - https://www.amazon.com/DAYS-SPIRITUAL-WARFARE-RECOVERY-Wickedness-ebook/dp/B0FR9YCMY8

จากความมืดสู่การครอบครอง: 40 วันเพื่อหลุดพ้นจากเงื้อมมือแห่งความมืดที่ซ่อนเร้น

-

การอุทิศตนเพื่อการรับรู้ การปลดปล่อย และพลังทั่วโลก - สำหรับบุคคล ครอบครัว และประเทศชาติที่พร้อมจะเป็นอิสระ

หนังสือปกอ่อน

https://shop.ingramspark.com/b/084?params=aVgp21QfwJxNANkfMxIQ0yejuFCVY12KFr978SRkZUD

ลิงค์ **Amazon** - **https://www.amazon.com/DARKNESS-DOMINION-การอุทิศตนเพื่อการตระหนักรู้-การปลดปล่อย-อีบุ๊ก/dp/B0FLDH2Y67**

- ***Delivered from the Power of Darkness*** **(ปกอ่อน)** —
  ซื้อที่นี่ | E-book บน Amazon

    - **บทวิจารณ์ยอดนิยมจากสหรัฐอเมริกา:**
        - ลูกค้า **Kindle** :
          "หนังสือคริสเตียนที่ดีที่สุดเท่าที่เคยมีมา!" (5 ดาว)

สรรเสริญพระเยซูสำหรับประจักษ์พยานนี้ ฉันได้รับพรมากมายและอยากแนะนำให้ ทุกคนอ่านหนังสือเล่มนี้... เพราะค่าจ้างของบาปคือความตาย
แต่ของประทานจากพระเจ้าคือชีวิตนิรันดร์ ชาโลม! ชาโลม!

- **Da Gster** :
  "นี่เป็นหนังสือที่น่าสนใจและค่อนข้างแปลก" (5 ดาว)

หากสิ่งที่กล่าวไว้ในหนังสือเป็นความจริง แสดงว่าเราตามหลังศัตรูอยู่มากจริงๆ ว่าสามารถทำอะไรได้บ้าง! ...
สิ่งที่ต้องมีสำหรับทุกคนที่ต้องการเรียนรู้เกี่ยวกับสงครามทางจิตวิญญาณ

- **วีซ่า** : "ชอบหนังสือเล่มนี้" (5 ดาว)

นี่มันเปิดหูเปิดตาจริงๆ... สารภาพตามตรง... ช่วงนี้ฉันตามหามันอยู่ทั่วทุกแห่งเพื่อซื้อ ดีใจมากที่ได้มันมาจาก Amazon

- **FrankJM** : "ค่อนข้างแตกต่าง" (4 ดาว)

หนังสือเล่มนี้เตือนใจฉันว่าสงครามฝ่ายวิญญาณนั้นแท้จริงแล้วเป็นอย่างไร มันยังทำให้ฉันนึกถึงเหตุผลที่ต้องสวม "ยุทธภัณฑ์ครบชุดของพระเจ้า" อีกด้วย

- **JenJen** : "ใครก็ตามที่อยากไปสวรรค์ อ่านนี่!" (5 ดาว)

หนังสือเล่มนี้เปลี่ยนชีวิตฉันอย่างมาก เมื่อรวมกับประจักษ์พยานของจอห์น รามิเรซ มันจะทำให้คุณมองศรัทธาของคุณเปลี่ยนไป ฉันอ่านมันมา 6 รอบแล้ว!

- *Ex-Satanist: The James Exchange* (ปกอ่อน) — ซื้อที่นี่ | E-book บน Amazon

- *คำให้การของอดีตผู้นับถือซาตานชาวแอฟริกัน - ศิษยาภิบาล JONAS LUKUNTU MPALA* (ปกอ่อน) — ซื้อที่นี่ | E-book บน Amazon

- *Greater Exploits 14* (ปกอ่อน) — ซื้อที่นี่ | E-book บน Amazon

- *Out of the Devil's Cauldron* โดย John Ramirez — มีจำหน่ายบน Amazon
- *เขามาเพื่อปลดปล่อยเชลย* โดย Rebecca Brown — ค้นหาบน Amazon

หนังสืออื่นๆ ที่ตีพิมพ์โดยผู้เขียน – มากกว่า 1,000 ชื่อเรื่อง

Loved, Chosen and Whole : การเดินทาง 30 วันจากการถูกปฏิเสธสู่**การฟื้นฟู** แปลเป็น 40 ภาษาทั่วโลก

https://www.amazon.com/Loved-Chosen-Whole-Rejection-Restoration-ebook/dp/B0F9VSD8WL

https://shop.ingramspark.com/b/084?params=xga0WR16muFUwCoeMUBHQ6HwYjddLGpugQHb3DVa5hE

ตามรอยพระองค์ — ความท้าทาย **40** วันของ **WWJD:**

การดำเนินชีวิตเหมือนพระเยซูในเรื่องราวชีวิตจริงทั่วโลก

https://www.amazon.com/His-Steps-Challenge-Real-Life-Stories-ebook/dp/B0FCYTL5MG

https://shop.ingramspark.com/b/084?params=DuNTWS59IbkvSKtGFbCbEFdv3Zg0FaITUEvlK49yLzB

พระเยซูอยู่ที่ประตู:

40 เรื่องราวสุดเศร้าและคำเตือนสุดท้ายจากสวรรค์ถึงคริสตจักรในปัจจุบัน

https://www.amazon.com/dp/B0FDX31L9F

https://shop.ingramspark.com/b/084?params=TpdA5j8WPvw83glJ12N1B3nf8LQte2a1lIEy32bHcGg

JESUS AT THE DOOR
40 HEARTBREAKING STORIES AND HEAVEN'S FINAL WARNING TO TODAY'S CHURCHES
ZACHARIAS GODSEAGLE,
COMFORT LADI OGBE,
AMBASSADOR MONDAY O. OGBE

ชีวิตพันธสัญญา: **40** วันแห่งการเดินในพระพรแห่งเฉลยธรรมบัญญัติ **28**

- **https://www.amazon.com/dp/B0FFJCLDB5**

เรื่องราวจากคนจริง การเชื่อฟังจริง และจากเรื่องจริง

https://shop.ingramspark.com/b/084?params=bH3pzfz1zdCOLpbs7tZYJNYgGcYfU32VMz3J3a4e2Qt

การเปลี่ยนแปลงในกว่า **20** ภาษา

รู้จักเธอและรู้จักเขา:

40 วันสู่การเยียวยา ความเข้าใจ และความรักที่ยั่งยืน

https://www.amazon.com/รู้-เธอ-เขา-การรักษา-ความเข้าใจ-อีบุ๊ก/dp/B0FGC4V3D9

https://shop.ingramspark.com/b/084?params=vC6KCLoI7Nnum24BVmBtSme9i6k59p3oynaZOY4B9Rd

เสร็จสมบูรณ์ ไม่ใช่แข่งขัน:

การเดินทาง 40 วันสู่จุดมุ่งหมาย ความสามัคคี และความร่วมมือ

https://shop.ingramspark.com/b/084?params=5E4v1tHgeTqOOuEtfTYUzZDzLyXLee30cqYo0Ov9941

https://www.amazon.com/อีบุ๊กความร่วมมือการเดินทางที่สมบูรณ์แบบ-ไม่แข่งขัน/dp/B0FGGL1XSQ/

รหัสสุขภาพศักดิ์สิทธิ์ - 40

กุญแจประจำวันเพื่อกระตุ้นการรักษาผ่านพระวจนะและการสร้างสรรค์ของพระเจ้า

ปลดล็อกพลังการรักษาของพืช คำอธิษฐาน และการกระทำเชิงพยากรณ์

https://shop.ingramspark.com/b/084?params=xkZMrYcEHnrJDhe1wuHHYixZDViiArCeJ6PbNMTbTux

https://www.amazon.com/dp/B0FHJT42TK

สามารถพบหนังสือเล่มอื่นๆ ได้ที่หน้าผู้เขียน

https://www.amazon.com/stores/Ambassador-Monday-O.-Ogbe/author/B07MSBPFNX

www.ingramcontent.com/pod-product-compliance
Lightning Source LLC
LaVergne TN
LVHW040440051026
849517LV00002B/689

* 9 7 9 8 3 4 9 6 2 2 4 4 1 *